quả v

Sách dạy nấu ăn với 100 công thức nấu ăn ngon. Từ bữa sáng đến món tráng miệng, khám phá thế giới đầy hương vị của quả việt quất

Nhiên Gia

từ chối trách nhiệm

Thông tin trong cuốn sách này nhằm mục đích phục vụ như một bộ sưu tập toàn diện các chiến lược mà tác giả của cuốn sách này đã thực hiện nghiên cứu. Tóm tắt, chiến lược, mẹo và thủ thuật chỉ được tác giả đề xuất và việc đọc Cuốn sách này sẽ không đảm bảo rằng kết quả của một người sẽ phản ánh chính xác kết quả của tác giả. Tác giả của cuốn sách đã thực hiện tất cả các nỗ lực hợp lý để cung cấp thông tin hiện tại và chính xác cho độc giả của cuốn sách. Tác giả và các cộng sự của nó sẽ không chịu trách nhiệm pháp lý cho bất kỳ lỗi hoặc thiếu sót không chủ ý nào có thể được tìm thấy. Tài liệu trong Sách có thể bao gồm thông tin từ bên thứ ba. Tài liệu của bên thứ ba bao gồm các ý kiến được thể hiện bởi chủ sở hữu của họ. Do đó, tác giả của Cuốn sách không chịu trách nhiệm hoặc trách nhiệm pháp lý đối với bất kỳ tài liệu hoặc ý kiến của bên thứ ba nào. Cho dù là do sự phát triển của internet hay do những thay đổi không lường trước được trong chính sách của công ty và nguyên tắc gửi biên tập, những gì được coi là sự thật tại thời điểm viết bài này có thể trở nên lỗi thời hoặc không thể áp dụng được sau này.

MỤC LỤC

GIỚI THIỆU

Quả việt quất được coi là một "gói sức khỏe tự nhiên", chứa các loại hợp chất hoạt tính sinh học đa dạng, góp phần mang lại nhiều lợi ích sức khỏe nổi tiếng. Những loại quả mọng thơm ngon này đã thu hút rất nhiều sự chú ý và quan tâm đặc biệt của các nhà khoa học, chuyên gia dinh dưỡng và nhà sản xuất thực phẩm, và tất nhiên là cả người tiêu dùng, do khả năng chống oxy hóa cao được báo cáo một cách khoa học do có nhiều hợp chất polyphenolic.

Tác dụng có lợi của quả việt quất đối với một số bệnh mãn tính bao gồm ung thư, rối loạn tim mạch, tiểu đường và các bệnh thoái hóa thần kinh đã được báo cáo. Những đặc tính sức khỏe này có liên quan đến sự phong phú của chất chống oxy hóa trong những loại quả mọng này.

Quả việt quất là một loại trái cây đa năng và thơm ngon, có thể được sử dụng trong nhiều món ăn, từ bữa sáng đến bữa tối và thậm chí cả món tráng miệng. Với Blueberry Bliss, bạn sẽ khám phá 100 công thức nấu ăn lạ miệng thể hiện hương vị tuyệt vời và lợi ích dinh dưỡng của siêu thực phẩm này. Hơn nữa, mỗi công thức đều đi kèm với một **bức ảnh đầy màu sắc tuyệt đẹp** , cung cấp cho bạn hướng dẫn trực quan về món ăn đã hoàn thành.

Trong cuốn sách dạy nấu ăn này, bạn sẽ tìm thấy mọi thứ, từ bánh nướng xốp và bánh kếp việt quất cổ điển cho đến các món mặn như thăn lợn tráng men việt quất và salad quinoa việt quất. Và tất nhiên, có rất nhiều món tráng miệng hấp dẫn, chẳng hạn như thanh bánh pho mát việt quất và bánh cobbler việt quất.

Mỗi công thức đều được chế tạo cẩn thận để làm nổi bật hương vị và kết cấu độc đáo của quả việt quất, đồng thời nhiều công thức cũng bao gồm các mẹo và biến thể hữu ích để làm cho chúng ngon hơn nữa. Cho dù bạn là một đầu bếp dày dạn kinh nghiệm hay mới bắt đầu vào bếp, Blueberry Bliss là hướng dẫn hoàn hảo để khám phá nhiều khả năng của loại trái cây tuyệt vời này.

Với những bức ảnh đẹp và công thức dễ thực hiện, Blueberry Bliss là một bữa tiệc cho thị giác và vị giác. Cho dù bạn đang tìm kiếm một biến tấu mới cho một món ăn cũ yêu thích hay muốn thử nghiệm một nguyên liệu mới, cuốn sách dạy nấu ăn này chắc chắn sẽ truyền cảm hứng cho bạn. Vậy tại sao không bắt đầu cuộc phiêu lưu ẩm thực của bạn ngay hôm nay và khám phá thế giới hạnh phúc của việc nấu ăn với quả việt quất?.

BỮA SÁNG

1. Bánh mì Pháp việt quất nướng

Thực hiện: 8 phần ăn

THÀNH PHẦN:

- 16 ounce bánh mì Ý
- 4 quả trứng
- ½ cốc Sữa, 2% ít chất béo
- ¼ muỗng cà phê Bột nở
- 1 muỗng cà phê vani
- 2½ chén quả việt quất, đông lạnh hoặc tươi
- ½ chén đường
- 1 muỗng cà phê quế
- 1 muỗng cà phê bột bắp
- 2 muỗng canh Bơ, tan chảy
- ¼ chén Đường bột

HƯỚNG DẪN:

a) Cắt bánh mì theo đường chéo để tạo thành những miếng dày 8¾ inch, bỏ phần gót. Xếp các lát bánh mì vào đĩa nướng 10 x 15 inch .

b) Trong một bát vừa, đánh trứng, sữa, bột nở và vani.

c) Từ từ đổ hỗn hợp lên bánh mì, lật từng lát bánh mì để phủ hoàn toàn. Đậy đĩa bằng màng bọc thực phẩm và để trong tủ lạnh ít nhất 1 giờ, nhưng tốt nhất là để qua đêm.

d) Làm nóng lò ở 425 độ. Phủ một đĩa nướng 10 x 15 inch khác bằng bình xịt chống dính. Rắc quả việt quất lên đáy chảo.

e) Trộn đường, quế và bột ngô với nhau và đổ đều lên trên quả mọng. Nêm chặt các lát bánh mì lên trên quả việt quất, mặt ướt nhất hướng lên trên. Chải bánh mì với bơ tan chảy.

f) Nướng bánh mì nướng kiểu Pháp ở giữa lò trong 20 đến 25 phút, hoặc cho đến khi vàng nâu.

g) Để phục vụ, đặt bánh mì nướng - úp mặt quả mọng xuống - trên đĩa đã được hâm nóng. Khuấy hỗn hợp quả mọng còn lại trong đĩa nướng, sau đó múc lên bánh mì nướng.

h) Rắc đường bột.

2. Berry Crêpe s với cam nước xốt

Làm cho: 4 phần ăn

THÀNH PHẦN:

- 1 chén quả việt quất tươi
- 1 chén dâu tây thái lát
- 1 muỗng canh Đường
- Ba gói 3 ounce kem pho mát mềm
- ¼ cốc mật ong
- ¾ chén nước cam
- 8 bánh crepe

HƯỚNG DẪN:

a) Kết hợp quả việt quất, dâu tây và đường trong một bát nhỏ và đặt sang một bên.
b) Để chuẩn bị nước sốt, đánh kem phô mai và mật ong cho đến khi nhạt màu, sau đó cho nước cam vào đánh từ từ.
c) Cho khoảng ½ cốc nhân quả mọng vào giữa 1 chiếc bánh Crêpe. Thìa khoảng 1 muỗng canh nước sốt trên quả mọng. Cuộn lại và đặt trên đĩa phục vụ. Lặp lại với bánh Crêpes còn lại.
d) Đổ nước sốt còn lại lên bánh Crêpes.

3. <u>việt quất Yến mạch để qua đêm vani</u>

Làm cho: 1

THÀNH PHẦN:

- ½ chén yến mạch
- ⅓ cốc nước
- ¼ cốc sữa chua ít béo
- ½ muỗng cà phê đậu vani xay
- 1 muỗng canh bột hạt lanh
- Một nhúm muối
- Việt quất, hạnh nhân, dâu đen, mật ong nguyên chất để phủ lên trên

HƯỚNG DẪN:

a) Cho các nguyên liệu (trừ toppings) vào bát vào buổi tối. Làm lạnh qua đêm.

b) Vào buổi sáng, khuấy hỗn hợp lên. Nó phải dày. Thêm toppings của sự lựa chọn của bạn.

4. <u>việt quất bánh kếp yến mạch sữa chua</u>

THÀNH PHẦN:

- ½ cộng với ⅓ chén bột mì trắng
- ½ chén yến mạch cán kiểu cũ
- 1 ½ muỗng cà phê đường
- ½ muỗng cà phê bột nở
- ½ muỗng cà phê baking soda
- ¼ muỗng cà phê muối kosher
- ¾ cốc sữa chua Hy Lạp
- ½ cốc sữa 2%
- 1 muỗng cà phê dầu ô liu
- 1 trứng lớn
- ½ chén quả việt quất
- 12 quả dâu tây, thái lát mỏng
- 2 quả kiwi, gọt vỏ và thái lát mỏng
- ¼ chén xi-rô phong

HƯỚNG DẪN:

a) Làm nóng trước vỉ nướng chống dính ở 350 độ F hoặc làm nóng chảo chống dính ở nhiệt độ trung bình cao. Phủ nhẹ vỉ nướng hoặc chảo bằng bình xịt chống dính.

b) Trong một bát lớn, kết hợp bột mì, yến mạch, đường, bột nở, muối nở và muối. Trong một cốc đo thủy tinh lớn hoặc một bát khác, trộn sữa chua, sữa, dầu ô liu và trứng với nhau. Đổ hỗn hợp ướt lên các nguyên liệu khô và khuấy bằng thìa cao su cho đến khi ẩm. Thêm quả việt quất và nhẹ nhàng quăng để kết hợp.

c) Làm theo mẻ, múc ⅓ cốc bột cho mỗi chiếc bánh kếp lên vỉ nướng và nấu cho đến khi nổi bong bóng ở mặt trên và mặt dưới có màu nâu đẹp mắt, khoảng 2 phút. Lật và nấu bánh kếp ở phía bên kia, lâu hơn từ 1 đến 2 phút.

d) Chia bánh kếp, dâu tây, kiwi và xi-rô cây phong vào các hộp đựng chuẩn bị bữa ăn. Bảo quản ngăn mát tủ lạnh dùng được 3-4 ngày. Để hâm nóng, đặt vào lò vi sóng trong khoảng thời gian 30 giây cho đến khi nóng đều.

5. Pudding chanh cầu vồng

THÀNH PHẦN:

- 1 ¼ cốc sữa 2%
- 1 cốc sữa chua Hy Lạp nguyên chất 2%
- ½ chén hạt chia
- 2 thìa mật ong
- 2 muỗng canh đường
- 2 muỗng cà phê vỏ chanh
- 2 muỗng canh nước cốt chanh mới vắt
- 1 muỗng cà phê chiết xuất vani
- 1 chén dâu tây và quả việt quất xắt nhỏ
- ½ cốc xoài thái hạt lựu và ½ cốc kiwi thái hạt lựu

HƯỚNG DẪN:

a) Trong một bát lớn, trộn sữa, sữa chua, hạt chia, mật ong, đường, vỏ chanh, nước cốt chanh, vani và muối cho đến khi kết hợp tốt.

b) Chia đều hỗn hợp vào bốn lọ thủy tinh (16 ounce). Đậy nắp và làm lạnh qua đêm, hoặc tối đa 5 ngày.

c) Phục vụ lạnh, phủ dâu tây, xoài, kiwi và quả việt quất.

6. <u>việt quất chanh vàng bánh pho mát Yến mạch</u>

THÀNH PHẦN:

- ¼ cốc sữa chua Hy Lạp không béo
- 2 thìa sữa chua việt quất
- ¼ chén quả việt quất
- 1 muỗng cà phê vỏ chanh nạo
- 1 muỗng cà phê mật ong

HƯỚNG DẪN:

a) Kết hợp yến mạch và sữa trong bình thợ xây 16 ounce; đầu với toppings mong muốn.

b) Làm lạnh qua đêm hoặc tối đa 3 ngày; Phục vụ lạnh.

7. PB- Bát ăn sáng bột yến mạch

THÀNH PHẦN:

- ½ chén yến mạch cán kiểu cũ
- Một nhúm muối kosher
- 2 muỗng canh quả mâm xôi
- 2 muỗng canh quả việt quất
- 1 muỗng canh hạnh nhân xắt nhỏ
- ½ muỗng cà phê hạt chia
- 1 quả chuối, thái lát mỏng
- 2 muỗng cà phê bơ đậu phộng, làm ấm

HƯỚNG DẪN:

a) Kết hợp 1 cốc nước, yến mạch và muối trong một cái chảo nhỏ. Nấu trên lửa vừa, thỉnh thoảng khuấy, cho đến khi yến mạch mềm, khoảng 5 phút.

b) Cho bột yến mạch vào hộp đựng chuẩn bị bữa ăn. Cho quả mâm xôi, quả việt quất, hạnh nhân, hạt chia và chuối lên trên, rưới bơ đậu phộng ấm lên trên. Bảo quản trong ngăn mát tủ lạnh từ 3 đến 4 ngày.

c) Bột yến mạch có thể được phục vụ lạnh hoặc hâm nóng. Hâm nóng lại trong lò vi sóng trong khoảng thời gian 30 giây cho đến khi nóng qua.

8. Chất đạm quyền lực Bánh quế

THÀNH PHẦN:

- 6 quả trứng lớn
- 2 chén phô mai
- 2 chén yến mạch cán kiểu cũ
- ½ muỗng cà phê chiết xuất vani
- Một nhúm muối kosher
- 3 cốc sữa chua nguyên chất không béo
- 1 ½ chén quả mâm xôi
- 1 ½ chén quả việt quất

HƯỚNG DẪN:

a) Làm nóng trước một chiếc bánh quế sắt ở mức trung bình cao. Tra dầu nhẹ mặt trên và mặt dưới của bàn ủi hoặc sơn phủ bằng bình xịt chống dính.

b) Kết hợp trứng, phô mai, yến mạch, vani và muối trong máy xay sinh tố và trộn cho đến khi mịn.

c) Đổ một ít ½ cốc hỗn hợp trứng vào khuôn nướng bánh quế, đóng nhẹ nhàng và nấu cho đến khi có màu vàng nâu và giòn, từ 4 đến 5 phút.

d) Đặt bánh quế, sữa chua, quả mâm xôi và quả việt quất vào hộp đựng thức ăn.

9. <u>Quả Acai sinh tố</u>

THÀNH PHẦN:

ĐỂ CHUẨN BỊ

- 2 (3,88-ounce) gói acai nhuyễn đông lạnh, rã đông
- 1 chén quả mâm xôi đông lạnh
- 1 chén quả việt quất đông lạnh
- 1 chén quả mâm xôi đông lạnh
- 1 chén dâu tây đông lạnh
- ½ chén hạt lựu

PHỤC VỤ

- 1½ cốc nước ép lựu

HƯỚNG DẪN:

a) Kết hợp quả acai, quả mâm xôi, quả việt quất, quả mâm xôi, dâu tây và hạt lựu trong một bát lớn. Chia hỗn hợp vào 4 túi cấp đông ziplock . Đóng băng trong tối đa một tháng, cho đến khi sẵn sàng phục vụ.

b) Cho hỗn hợp trong một túi vào máy xay sinh tố, thêm ⅓ cốc nước ép lựu và xay cho đến khi mịn. Phục vụ ngay lập tức.

10. Bánh mì nướng kiểu Pháp Blueberry qua đêm

Làm cho: 6 đến 8

THÀNH PHẦN:

- 1 ổ bánh mì baguette, thái lát dày 1 inch
- 6 quả trứng
- 3 c. sữa
- 1 c. đường nâu, đóng gói và chia
- chiết xuất vani để hương vị
- nhục đậu khấu để hương vị
- ¼ c. Hồ đào xắt nhỏ
- 2 chén quả việt quất
- Tùy chọn: xi-rô cây thích

HƯỚNG DẪN:

a) Sắp xếp các lát bánh mì baguette trong chảo nướng 13"x9" đã được bôi mỡ nhẹ; để qua một bên.

b) Đánh đều trứng, sữa, ¾ chén đường nâu, vani và hạt nhục đậu khấu trong một tô lớn. Đổ hỗn hợp đều lên các lát bánh mì.

c) Che và làm lạnh qua đêm. Ngay trước khi nướng, rắc đường nâu, quả hồ đào và quả việt quất còn lại lên trên.

d) Nướng, không đậy nắp, ở 350 độ trong 50 phút hoặc cho đến khi vàng và sủi bọt. Phục vụ với xi-rô cây phong, như mong muốn.

11. Ngon việt quất Bánh quế

Làm: 4 bánh quế

THÀNH PHẦN:

- 2 quả trứng
- 2 chén bột mì đa dụng
- 1¾ cốc sữa
- ½ chén dầu
- 1 muỗng canh đường
- 4 muỗng cà phê bột nở
- ¼ muỗng cà phê muối
- ½ muỗng cà phê chiết xuất vani
- 1½ chén quả việt quất

HƯỚNG DẪN:

a) Trong một tô lớn, đánh trứng bằng máy trộn điện ở tốc độ trung bình cho đến khi bông xốp.

b) Thêm các thành phần còn lại trừ quả mọng; chỉ đánh cho đến khi mịn.

c) Xịt một chiếc bánh quế bằng bình xịt rau chống dính. Đổ bột bằng ½ cốc đầy lên khuôn làm bánh quế đã được làm nóng trước. Rắc số lượng quả mọng mong muốn lên bột.

d) Nướng theo hướng dẫn của nhà sản xuất, cho đến khi vàng.

e) Bánh mì nướng táo Pháp qua đêm

12. của mẹ Mọi thứ Bánh quế

Làm cho: 4 đến 6

THÀNH PHẦN:

- 2 chén hỗn hợp nướng bánh quy
- 1-½ chén yến mạch nấu nhanh, chưa nấu chín
- ¼ c. mầm lúa mì
- ½ chén quả hồ đào hoặc quả óc chó xắt nhỏ
- 2 quả trứng, đánh tan
- ¼ c. bơ đậu phộng
- ½ cốc sữa chua vani
- 3-½ cốc sữa ít béo, chia
- 1 c. quả việt quất
- Tùy chọn: ¼ c. chip sô cô la nhỏ
- Trang trí: xi-rô cây phong, topping trái cây, kem tươi

HƯỚNG DẪN:

a) Trộn hỗn hợp làm bánh, yến mạch, mầm lúa mì và các loại hạt trong một bát lớn; để qua một bên. Trong một bát riêng, đánh trứng, bơ đậu phộng, sữa chua và 3 cốc sữa.

b) Thêm vào nguyên liệu khô và khuấy đều. Thêm lượng sữa còn lại nếu cần để có được hỗn hợp sốt táo đặc. Cho quả mọng và vụn sô cô la vào, nếu muốn.

c) Rót ½ cốc đầy lên khuôn nướng bánh quế đã được làm nóng trước đã được xịt bình xịt rau củ chống dính.

d) Nướng cho đến khi giòn, theo hướng dẫn của nhà sản xuất.

e) Phục vụ với xi-rô phong hoặc topping trái cây và một ít kem đánh bông.

13. Crepes việt quất - chanh

Làm cho: 6 phần ăn

THÀNH PHẦN:

- gói 3 ounce. pho mát kem, làm mềm
- 1-½ cốc rưỡi
- 1 T. nước cốt chanh
- 3-¾ gói. hỗn hợp bánh pudding chanh ăn liền
- ½ chén hỗn hợp nướng bánh quy
- 1 quả trứng, đánh tan
- 6 T. sữa
- 1 c. nhân bánh việt quất

HƯỚNG DẪN:

a) Kết hợp pho mát kem, nửa rưỡi, nước cốt chanh và hỗn hợp bánh pudding khô trong một cái bát. Đánh bằng máy trộn điện ở tốc độ thấp trong 2 phút. Làm lạnh trong 30 phút.

b) Bôi nhẹ một cái chảo 6 inch và đặt trên lửa vừa và cao. Trong một cái bát, kết hợp hỗn hợp nướng bánh quy, trứng và sữa.

c) Đánh bại cho đến khi thẳng. Đổ 2 thìa bột vào chảo cho mỗi chiếc bánh crepe. Xoay chảo nhanh, để bột phủ kín đáy chảo.

d) Nấu từng chiếc bánh crepe cho đến khi vàng nhẹ, sau đó lật, nấu lại cho đến khi vàng đều.

e) Múc 2 thìa đầy hỗn hợp kem phô mai lên từng chiếc bánh crepe và cuộn lại.

f) Trên cùng với hỗn hợp pho mát kem còn lại và nhân bánh.

14. <u>việt quất kiều mạch Bánh xèo</u>

Làm cho: 4 phần ăn

THÀNH PHẦN:

- 1-½ chén bột kiều mạch
- ½ t. bột nở
- ½ t. muối nở
- ¼ t. muối
- 1 c. Sữa bơ
- 2 lòng trắng trứng, đánh bông
- 1 quả trứng, đánh tan
- 1 T. mật ong
- 1 T. dầu hạt cải
- 1 t. tinh dầu vanilla
- 1 c. quả việt quất, rã đông nếu đông lạnh
- Trang trí: xi-rô cây phong, trái cây tươi

HƯỚNG DẪN:

a) Trong một cái bát, trộn bột mì, bột nở, muối nở và muối.

b) Trong một bát riêng, khuấy đều buttermilk, lòng trắng trứng, trứng, mật ong, dầu và vani.

c) Thêm hỗn hợp bơ sữa vào hỗn hợp bột; khuấy đều.

d) Nhẹ nhàng gấp trong quả việt quất.

e) Đun nóng chảo mỡ nhẹ trên lửa vừa. Thêm bột bằng ¼ nắp.

f) Nấu cho đến khi bong bóng xuất hiện trên đầu, khoảng 1 phút rưỡi.

g) Xoay; nấu mặt còn lại cho đến khi vàng, khoảng 1-½ phút.

h) Thêm trái cây tươi hoặc xi-rô phong lên trên, tùy thích.

15. quả việt quất hoàn hảo Bánh xèo

Làm: một tá bánh kếp

THÀNH PHẦN:

- 1 c. sữa
- ½ cốc nước
- 1 c. cộng với 2 T. bột mì nguyên cám
- ½ chén bột ngô
- 1 t. bột nở
- ½ t. muối nở
- ¼ t. muối
- 1 c. quả việt quất
- 2 T. dầu, chia
- Trang trí: mứt hoặc xi-rô

HƯỚNG DẪN:

a) Trộn sữa và nước trong một bát nhỏ; để qua một bên. Rây bột mì, bột ngô, bột nở, muối nở và muối vào một tô lớn; trộn đều. Khuấy hỗn hợp sữa cho đến khi kết hợp.

b) Cho quả việt quất vào; để yên 5 phút.

c) Đun nóng một muỗng canh dầu trong chảo lớn trên lửa vừa. Đổ ¼ chén bột cho mỗi chiếc bánh vào chảo; nấu cho đến khi sủi bọt ở trên và các cạnh hơi khô.

d) Xoay và nấu phía bên kia cho đến khi vàng. Lặp lại với dầu và bột còn lại.

e) Phục vụ ấm với mứt hoặc xi-rô, như mong muốn.

16. Blueberry Spirulina Yến mạch qua đêm

Làm cho: 1

THÀNH PHẦN:

- ½ chén yến mạch
- 1 muỗng canh dừa nạo
- ⅛ muỗng cà phê quế
- ½ thìa cà phê tảo xoắn
- ½ cốc sữa thực vật
- 1 ½ muỗng canh sữa chua làm từ thực vật
- ¼ chén quả việt quất đông lạnh
- 1 muỗng cà phê hạt gai dầu tùy chọn
- 1 quả kiwi, thái lát

HƯỚNG DẪN:

a) Trong một cái lọ hoặc bát, thêm yến mạch, dừa vụn, quế và tảo xoắn. Sau đó thêm sữa thực vật và dừa hoặc sữa chua tự nhiên.
b) Thêm quả việt quất đông lạnh và kiwi lên trên. Làm lạnh qua đêm, hoặc ít nhất trong một giờ trở lên.
c) Trước khi ăn, thêm hạt gai dầu nếu muốn. Thưởng thức!

17. Pudding chanh lanh

Làm cho: 1 khẩu phần

THÀNH PHẦN:

- 1 ¼ cốc sữa 2%
- 1 cốc sữa chua Hy Lạp nguyên chất 2%
- ½ chén hạt lanh
- 2 thìa mật ong
- 2 muỗng canh đường
- 2 muỗng cà phê vỏ chanh
- 2 muỗng canh nước cốt chanh mới vắt
- 1 muỗng cà phê chiết xuất vani
- 1 chén dâu tây và quả việt quất xắt nhỏ
- ½ cốc xoài thái hạt lựu và ½ cốc kiwi thái hạt lựu

HƯỚNG DẪN:

d) Trong một bát lớn, trộn sữa, sữa chua, hạt lanh, mật ong, đường, vỏ chanh, nước cốt chanh, vani và muối cho đến khi kết hợp tốt.

e) Chia đều hỗn hợp vào bốn lọ thủy tinh.

f) Đậy nắp và làm lạnh qua đêm, hoặc tối đa 5 ngày.

g) Phục vụ lạnh, phủ dâu tây, xoài, kiwi và quả việt quất.

18. Dừa Bát ăn sáng Quinoa

Làm cho: 4

THÀNH PHẦN:

- 1 muỗng canh dầu dừa
- 1½ chén quinoa đỏ hoặc đen, rửa sạch
- Lon nước cốt dừa nhẹ không đường 14 ounce, cộng với nhiều hơn để phục vụ
- 4 chén nước
- Muối biển tốt
- muỗng canh mật ong, cây thùa hoặc xi-rô cây thích
- 2 muỗng cà phê chiết xuất vani
- Sữa chua dừa
- quả việt quất
- quả Goji
- Hạt bí ngô nướng
- Dừa nướng không đường

HƯỚNG DẪN:

a) Đun nóng dầu trong chảo trên lửa vừa. Thêm quinoa và bánh mì nướng trong khoảng 2 phút, khuấy thường xuyên. Từ từ khuấy lon nước cốt dừa, nước và một chút muối. Hạt diêm mạch lúc đầu sẽ sủi bọt và bắn ra nhưng sẽ nhanh chóng lắng xuống.

b) Đun sôi, sau đó đậy nắp, giảm nhiệt xuống thấp và đun nhỏ lửa cho đến khi đạt được độ sệt mềm như kem, khoảng 20 phút. Tắt bếp và cho mật ong, cây thùa, xi-rô phong và vani vào khuấy đều.

c) Để phục vụ, chia quinoa giữa các bát. Rưới thêm nước cốt dừa, sữa chua dừa, quả việt quất, quả kỷ tử, hạt bí ngô và dừa bào sợi lên trên.

19. Salad ăn sáng việt quất

THÀNH PHẦN:

Xa lát:

- 2 cân Rau xà lách trộn, xé nhỏ
- 4 cốc quả việt quất tươi
- 4 cốc phần cam tươi
- 2 tách Yến mạch cán nhỏ

Giấm

- 1 chén dầu dừa
- 1 cốc quả việt quất đông lạnh, rã đông
- 1 muỗng canh mù tạt Dijon
- 2 muỗng canh đường nâu
- 2 muỗng cà phê hẹ băm nhỏ
- ¾ muỗng cà phê muối kosher
- ½ muỗng cà phê tiêu xay
- ½ muỗng cà phê ớt bột

HƯỚNG DẪN:

a) **Đối với Vinaigrette:** Cho tất cả nguyên liệu vào máy xay sinh tố hoặc máy xay thực phẩm và chế biến cho đến khi hỗn hợp mịn. Làm lạnh ít nhất 30 phút để hòa quyện hương vị. Làm cho: 2 cốc.

b) Quăng tất cả các loại rau xà lách với Blueberry Vinaigrette và chia các loại rau xanh đã trộn vào tám đĩa lớn.

c) Sắp xếp các phần cam và quả việt quất lên trên mỗi món salad.

d) Rắc từng món salad với granola và phục vụ ngay lập tức.

20. việt quất bánh ngô Bánh quế

Thực hiện: 4 đến 6 phần ăn

THÀNH PHẦN:

- 1½ chén bột mì đa dụng
- ½ chén bột ngô vàng
- ¼ chén đường cát
- ½ muỗng cà phê muối kosher
- 1½ muỗng cà phê bột nở
- 1¼ chén bơ sữa
- 2 quả trứng, đánh nhẹ
- ½ chén (1 thanh) bơ không ướp muối, tan chảy
- ¾ chén quả việt quất đông lạnh, rã đông

HƯỚNG DẪN:

a) Làm nóng trước sắt bánh quế của bạn.

b) Trong một bát trộn lớn, kết hợp bột mì, bột ngô, đường, muối và bột nở. Trộn các thành phần khô cho đến khi kết hợp tốt.

c) Ở trung tâm của các thành phần khô, làm cho một cái giếng nhỏ. Thêm vào bơ, trứng và bơ tan chảy. Trộn bằng máy đánh trứng cho đến khi kết hợp tốt. Sau đó gấp quả việt quất vào bột.

d) Xịt bàn ủi bánh quế bằng bình xịt nấu ăn không dính. Đặt 1 đến 1½ chén bột lên bàn ủi và nấu cho đến khi các phần bên ngoài đẹp và giòn. Lặp lại cho đến khi không còn bột. Phục vụ và thưởng thức với toppings yêu thích của bạn.

21. bánh kếp việt quất

THÀNH PHẦN:

- Quả việt quất đông lạnh – ½ cốc
- Bột dừa – ½ cốc
- Bột nở – 1 thìa cà phê
- Muối – ½ muỗng cà phê
- Chất tạo ngọt Swerve – ¼ cốc
- quế – ¼ muỗng cà phê
- Chiết xuất vani, không đường – ½ muỗng cà phê
- Bơ, bơ ăn cỏ, không ướp muối, đun chảy – ¼ cốc
- Trứng, đồng cỏ – 4
- Nước – ⅓ cốc

HƯỚNG DẪN:

a) Đặt lò nướng ở nhiệt độ 350 độ F và làm nóng trước cho đến khi bánh nướng xốp sẵn sàng nướng.

b) Đập trứng vào bát, thêm vani và chất làm ngọt, đánh bằng máy xay sinh tố cho đến khi hòa quyện rồi trộn muối, quế, bơ, bột nở và bột mì cho đến khi hỗn hợp bột mịn và quyện vào nhau.

c) Để bột nghỉ trong 10 phút hoặc cho đến khi đặc lại rồi trộn với nước cho đến khi hòa quyện.

d) Lấy một khay nướng bánh muffin nhỏ bằng silicon 25 cốc, bôi dầu bơ lên các cốc, sau đó múc đều hỗn hợp bột đã chuẩn bị vào và cho một vài quả việt quất lên trên, ấn nhẹ quả mọng vào bột.

e) Đặt khay bánh nướng xốp vào lò nướng và nướng bánh nướng xốp trong 25 phút hoặc cho đến khi bánh chín kỹ và mặt trên có màu vàng nâu đẹp mắt.

f) Khi hoàn tất, lấy bánh nướng xốp ra khỏi khay và để nguội trên giá dây.

g) Đặt bánh nướng xốp vào một túi đông lạnh lớn hoặc chia đều chúng trong các gói và bảo quản trong tủ lạnh trong bốn ngày hoặc trong tủ đông tối đa 3 tháng.

h) Khi đã sẵn sàng phục vụ, hãy cho bánh nướng xốp vào lò vi sóng trong 45 giây đến 1 phút hoặc cho đến khi được làm nóng hoàn toàn.

22. Bữa sáng dừa hạnh nhân

THÀNH PHẦN:

- 2 muỗng canh pepitas nướng
- ⅓ chén nước cốt dừa
- 2 muỗng canh hạnh nhân xắt nhỏ
- 1 muỗng canh hạt chia
- ⅓ cốc nước
- Một nắm việt quất

HƯỚNG DẪN:

a) Trong bộ xử lý thực phẩm hoặc máy xay sinh tố của bạn, trộn pepitas với hạnh nhân và xay nhuyễn chúng.

b) Sắp xếp Instant Pot trên bệ khô trong nhà bếp của bạn. Mở nắp trên của nó và bật nó lên.

c) Thêm hạt chia với nước và nước cốt dừa; khuấy nhẹ để trộn đều.

d) Thêm hỗn hợp pepita và kết hợp.

e) Đóng nắp để tạo buồng khóa; đảm bảo rằng van an toàn ở vị trí khóa.

f) Tìm và nhấn chức năng nấu "MANUAL"; hẹn giờ đến 5 phút với chế độ áp suất "CAO" mặc định.

g) Để áp suất tăng lên để nấu nguyên liệu.

h) Sau khi hết thời gian nấu, nhấn "HỦY" cài đặt. Tìm và nhấn chức năng nấu "QPR". Cài đặt này là để giải phóng nhanh áp suất bên trong.

i) Phục vụ đứng đầu với quả việt quất.

23. Chuối- Việt quất Bánh xèo

Làm cho: 4 phần ăn

THÀNH PHẦN:

- 1 quả chuối chín, nghiền
- 2 ly sữa đậu nành
- 2 muỗng canh bơ thực vật thuần chay, tan chảy
- 1 muỗng cà phê chiết xuất vani nguyên chất
- 11⁄2 chén bột mì đa dụng
- 1⁄2 chén yến mạch nấu nhanh
- 2 muỗng canh đường
- 0,5 muỗng cà phê bột nở
- 1 muỗng cà phê bột quế
- 1⁄2 muỗng cà phê hạt tiêu xay
- 1⁄2 muỗng cà phê hạt nhục đậu khấu
- 1⁄2 muỗng cà phê muối
- 1 chén quả việt quất tươi
- Dầu hạt cải hoặc dầu hạt nho, để chiên

HƯỚNG DẪN:

a) Trong một bát lớn, kết hợp chuối, sữa đậu nành, bơ thực vật tan chảy và vani, trộn đều. Để qua một bên.

b) Trong một bát lớn riêng biệt, kết hợp bột mì, yến mạch, đường, bột nở, quế, hạt tiêu, nhục đậu khấu và muối. Thêm nguyên liệu ướt vào nguyên liệu khô và trộn với một vài nét nhanh. Cho quả việt quất vào. Làm nóng lò ở nhiệt độ 225°F.

c) Trên vỉ nướng hoặc chảo lớn, đun nóng một lớp dầu mỏng trên lửa vừa và cao. Múc 1⁄4 cốc đến 1⁄3 cốc đầy bột lên vỉ nướng nóng. Nấu cho đến khi bong bóng nhỏ xuất hiện trên đỉnh, khoảng 3 phút.

d) Lật bánh kếp và nấu cho đến khi mặt thứ hai có màu nâu, khoảng 2 đến 3 phút.

e) Chuyển bánh kếp đã nấu chín sang đĩa cách nhiệt và giữ ấm trong lò trong khi nấu phần còn lại.

24. Bánh quế việt quất chanh

Làm cho: 4 phần ăn

THÀNH PHẦN:

- 11⁄2 chén bột mì đa dụng
- 1⁄2 chén yến mạch kiểu cũ
- 1⁄4 chén đường
- muỗng cà phê bột nở
- 1⁄2 muỗng cà phê muối
- 1 muỗng cà phê bột quế
- 2 ly sữa đậu nành
- 1 muỗng canh nước cốt chanh tươi
- 1 muỗng cà phê vỏ chanh
- 1⁄4 cốc bơ thực vật thuần chay, tan chảy
- 1⁄2 chén quả việt quất tươi

HƯỚNG DẪN:

a) Tra dầu nhẹ vào bàn ủi và làm nóng trước. Làm nóng lò ở nhiệt độ 225°F.

b) Trong một bát lớn, kết hợp bột mì, yến mạch, đường, bột nở, muối và quế. Để qua một bên.

c) Trong một bát lớn riêng biệt, trộn sữa đậu nành, nước cốt chanh, vỏ chanh và bơ thực vật. Thêm các thành phần ướt vào các thành phần khô và trộn với một vài nét nhanh, trộn cho đến khi vừa kết hợp. Cho quả việt quất vào.

d) Múc 1⁄2 đến 1 chén bột (tùy thuộc vào hướng dẫn với bàn ủi bánh quế của bạn) lên bàn ủi bánh quế nóng. Nấu cho đến khi hoàn thành, 3 đến 5 phút đối với hầu hết các loại bánh quế. Chuyển bánh quế đã nấu chín sang đĩa cách nhiệt và giữ ấm trong lò trong khi nấu phần còn lại.

25. Bị sa thải Bánh mì nướng kiểu Pháp vị việt quất

Làm cho: 2

THÀNH PHẦN:

- 8 miếng bánh mì tươi , cắt lát
- 5 quả trứng lớn, đánh tan
- 44ml sữa
- 85g xi-rô phong
- ¼ muỗng cà phê muối biển
- ½ muỗng cà phê bột quế
- 125g việt quất
- 6 muỗng canh dầu ô liu
- 8 miếng bơ

HƯỚNG DẪN:

a) Rưới dầu ô liu vào chảo hoặc đĩa gang lớn.

b) Kết hợp trứng, sữa, xi-rô cây thích, muối và quế trong một đĩa trộn lớn.

c) Nhúng từng lát bánh mì vào nước sốt.

d) Đặt bánh mì vào chảo và ngâm trong 5-10 phút trong hỗn hợp trứng.

e) Đặt quả lueberry b lên trên bánh mì.

f) Nướng ở nhiệt độ còn lại của lò cho đến khi bột trứng ngấm vào và bánh mì có màu vàng nâu.

g) Lấy ra khỏi lò và rắc xi-rô cây thích và bơ.

26. Granola ăn được Những bông hoa

THÀNH PHẦN:

- nước ép từ ½ quả chanh
- vỏ từ 1 quả chanh
- ¼ chén đường
- 1 lòng đỏ trứng gà
- 2 muỗng canh bơ cắt thành miếng nhỏ
- ¼ cốc sữa chua Hy Lạp
- ½ chén hạnh nhân nướng
- ½ chén quả việt quất
- ½ chén granola
- Pansies, nasturtiums và cẩm chướng

HƯỚNG DẪN:

a) Trong một cái nồi, đặt nước cốt chanh, vỏ chanh, đường và lòng đỏ trứng.

b) Nấu, khuấy liên tục bằng thìa gỗ cho đến khi đặc lại.

c) Khi đã sẵn sàng, đặt nó sang một bên và thêm bơ và cắt thành từng miếng. Khuấy cho đến khi bơ tan chảy và để nguội. Khi nguội thêm sữa chua và trộn đều.

d) Nướng hạnh nhân trong chảo với một muỗng cà phê dầu.

e) Khi tất cả các thành phần đã sẵn sàng, bắt đầu xếp lớp tất cả các thành phần.

f) Bắt đầu với granola, sau đó là một nửa số hạt, hỗn hợp sữa chua-chanh, quả mọng và phần còn lại của các loại hạt, phủ phần còn lại của hỗn hợp sữa chua và trang trí bằng những bông hoa ăn được.

ĐỒ ĂN NHẸ

27. món khai vị cầu vồng rau chong chóng

THÀNH PHẦN:

- 2 muỗng canh hummus
- 1 (8-inch) bánh tortilla rau bina
- ¼ chén ớt chuông đỏ thái lát mỏng
- ¼ chén ớt chuông vàng thái lát mỏng
- ¼ chén cà rốt thái lát mỏng
- ¼ chén dưa chuột thái lát mỏng
- ¼ chén rau bina bé
- ¼ chén bắp cải đỏ thái nhỏ
- ¼ chén mầm cỏ linh lăng
- ½ chén dâu tây
- ½ chén quả việt quất

HƯỚNG DẪN:

a) Trải đều hummus lên bề mặt bánh tortilla, để lại đường viền ¼ inch. Đặt ớt chuông, cà rốt, dưa chuột, rau bina, bắp cải và rau mầm vào giữa bánh tortilla.

b) Đặt cạnh dưới của bánh tortilla thật chặt lên trên rau, gấp hai bên. Tiếp tục cuộn cho đến khi đạt đến đỉnh bánh tortilla. Cắt thành phần sáu.

c) Đặt chong chóng, dâu tây và quả việt quất vào hộp chuẩn bị bữa ăn. Làm lạnh trong 3 đến 4 ngày.

28. Kết hợp đường mòn

Làm: khoảng 2 cốc

THÀNH PHẦN:

- 1 cốc (15g) bỏng ngô
- ¼ chén (40g) đậu phộng rang
- ¼ cốc (40g) hạnh nhân rang
- ¼ cốc (40g) hạt bí ngô
- ¼ cốc (35g) quả việt quất khô, không thêm đường
- 2 muỗng canh sô cô la chip đen (tùy chọn)
- một nhúm quế (tùy chọn)
- chút muối

HƯỚNG DẪN:

a) Quăng tất cả các thành phần lại với nhau, điều chỉnh quế và muối cho vừa ăn nếu muốn.
b) Lưu trữ trong hộp kín.
c) Kéo dài đến 2 tuần trong phòng đựng thức ăn.

29. Dâu tây nhồi Nutella

THÀNH PHẦN:

- 30 quả dâu tây tươi thái lát
- 1 (7 ounce) lon kem tươi
- Nutella lọ 13 ounce
- 30 quả việt quất tươi
- 1 (14,4 ounce) gói bánh quy graham nhỏ

HƯỚNG DẪN:

a) Đầu tiên, cắt phần dưới cùng của mỗi quả dâu tây và tạo một lỗ trên mỗi quả từ trên xuống.

b) Bây giờ, cho kem đánh bông và phết hạt phỉ vào lỗ này, và phủ một quả việt quất lên trên.

c) Phủ một lớp bánh quy giòn graham trước khi ăn.

30. Pizza Nho & Berry Thuần Chay

Làm cho: 12

THÀNH PHẦN:

- 1 vỏ bánh quy đường

KEM PHÔ MAI

- 8 ounce kem phô mai thuần chay phong cách phết
- 1 lon nước cốt dừa béo, đã gạn chất rắn
- ⅓ chén đường bột
- 1 muỗng cà phê. tinh dầu vanilla

KẸO DẺO TRÁI CÂY

- 8 quả dâu tây lớn, thái lát
- 4 quả kiwi, gọt vỏ và thái lát
- ½ chén quả việt quất
- ½ chén nho giảm một nửa
- ¼ chén quả mâm xôi
- 2 muỗng canh xi-rô đơn giản

HƯỚNG DẪN

a) Làm nóng lò ở 350F. Xịt chảo pizza 14 inch bằng bình xịt nấu ăn và đặt sang một bên.
b) Trải đều bột bánh quy vào chảo bánh pizza đã chuẩn bị. Dùng nĩa chọc vài lỗ trên vỏ bánh và nướng vỏ bánh trong 12-15 phút, cho đến khi các cạnh có màu vàng nâu và bánh quy được nướng ở giữa. Lấy ra khỏi lò và cho vào tủ lạnh hoặc tủ đông để làm lạnh.
c) Làm nhân kem phô mai. Để làm nhân bánh, múc phần đặc từ nước cốt dừa vào một bát cỡ vừa. Thêm bơ phết kiểu kem thuần chay, đường và vani rồi trộn bằng máy trộn cầm tay cho đến khi mịn hoàn toàn. Làm lạnh trước khi dùng.
d) Lắp ráp Pizza. Khi bánh quy đã nguội, phủ kem phô mai lên trên, phết đều bằng thìa bù. Cho bánh pizza trở lại tủ lạnh để nhân đông lại trong khi bạn chuẩn bị trái cây.
e) Thái lát dâu tây và kiwi. Cắt nho làm đôi. Phủ dâu tươi lên trên bánh pizza đã ướp lạnh, trang trí chúng theo hình tròn đồng tâm. Chải xi-rô đơn giản lên quả mọng để tạo độ bóng cho chúng.
f) Phục vụ ngay lập tức hoặc trở lại tủ lạnh cho đến khi sẵn sàng phục vụ.

31. Nhồi Ngọt Những quả khoai tây

Làm cho: 1

THÀNH PHẦN:

- 1 ly nước
- 1 củ khoai lang
- 1 muỗng canh xi-rô phong nguyên chất
- 1 muỗng canh bơ hạnh nhân
- 1 muỗng canh hồ đào xắt nhỏ
- 2 muỗng canh quả việt quất
- 1 muỗng cà phê hạt chia
- 1 muỗng cà phê cà ri

HƯỚNG DẪN:

a) Trong nồi liền của bạn, thêm một cốc nước và giá hấp.

b) Đậy nắp lại và đặt khoai lang lên giá, đảm bảo rằng van xả nằm đúng vị trí.

c) Làm nóng nồi Instant Pot ở áp suất cao trong 15 phút theo cách thủ công. Sẽ mất vài phút để áp suất tăng lên.

d) Sau khi hẹn giờ tắt, hãy để áp suất giảm tự nhiên trong 10 phút. Để xả áp suất còn lại, vặn van xả.

e) Khi van phao đã hạ xuống, hãy lấy khoai lang ra bằng cách mở nắp.

f) Khi khoai lang đã đủ nguội để cầm, hãy cắt đôi và nghiền nhuyễn phần thịt bằng nĩa.

g) Rắc quả hồ đào, quả việt quất và hạt chia lên trên, sau đó rưới xi-rô phong và bơ hạnh nhân lên trên.

32. việt quất-chanh bánh nướng

Làm cho: 6

THÀNH PHẦN:

- 2 chén bột mì đa dụng
- 1 muỗng canh bột nở
- 2 muỗng cà phê đường
- 1 muỗng cà phê muối kosher
- 2 ounce dầu dừa tinh luyện
- 1 chén quả việt quất tươi
- ¼ ounce vỏ chanh
- 8 ounce nước cốt dừa

HƯỚNG DẪN:

a) Trộn dầu dừa với muối, đường, bột nở và bột mì trong máy xay thực phẩm.
b) Chuyển hỗn hợp bột này vào một bát trộn.
c) Bây giờ thêm nước cốt dừa và vỏ chanh vào hỗn hợp bột, sau đó trộn đều.
d) Cho quả việt quất vào và trộn đều phần bột đã chuẩn bị cho đến khi mịn.
e) Vo bột việt quất này thành hình tròn 7 inch và cho vào chảo.
f) Làm lạnh bột việt quất trong 15 phút, sau đó cắt thành 6 miếng.
g) Lớp Sear Plate bằng một tờ giấy da.
h) Đặt các miếng việt quất vào Sear Plate đã lót sẵn.
i) Chuyển bánh nướng vào Air Fryer Oven và đóng cửa lại.
j) Chọn chế độ "Nướng" bằng cách xoay nút xoay.
k) Nhấn nút TIME/SLICS và thay đổi giá trị thành 25 phút.
l) Nhấn nút TEMP/SHADE và thay đổi giá trị thành 400 °F.
m) Nhấn Start/Stop để bắt đầu nấu.
n) Phục vụ tươi.

33. <u>việt quất bánh nướng xốp</u>

Làm cho: 6

THÀNH PHẦN:

- 1 quả trứng, đánh tan
- 1 quả chuối chín, bóc vỏ và nghiền nhuyễn
- 1¼ chén bột hạnh nhân
- 2 muỗng canh đường cát
- ½ muỗng cà phê bột nở
- 1 muỗng canh dầu dừa, tan chảy
- ⅛ cốc xi-rô phong
- 1 muỗng cà phê giấm táo
- 1 muỗng cà phê chiết xuất vani
- 1 muỗng cà phê vỏ chanh, nạo
- Một nhúm quế xay
- ½ chén quả việt quất tươi

HƯỚNG DẪN:

a) Trong một bát lớn, thêm tất cả các thành phần trừ quả việt quất và trộn cho đến khi kết hợp tốt.

b) Nhẹ nhàng gấp quả việt quất vào.

c) Mỡ chảo muffin 6 cốc.

d) Cho hỗn hợp vào các cốc muffin đã chuẩn bị đầy khoảng ¾ cốc.

e) Nhấn nút AIR OVEN MODE của Air Fryer Oven và xoay nút xoay để chọn chế độ "Nướng".

f) Nhấn nút TIME/SLICS và xoay nút xoay một lần nữa để đặt thời gian nấu thành 12 phút.

g) Bây giờ hãy nhấn nút TEMP/SHADE và xoay nút xoay để đặt nhiệt độ ở 375 °F.

h) Nhấn nút "Start/Stop" để bắt đầu.

i) Khi thiết bị phát ra tiếng bíp cho biết thiết bị đã được làm nóng trước, hãy mở cửa lò.

j) Sắp xếp khuôn muffin trên giá dây và cho vào lò nướng.

k) Khi thời gian nấu kết thúc, hãy mở cửa lò và đặt các khuôn muffin lên giá dây để nguội trong khoảng 10 phút.

l) Cẩn thận đảo bánh nướng xốp lên giá để nguội hoàn toàn trước khi ăn.

34. <u>việt quất Mập bom</u>

Làm cho: 6

THÀNH PHẦN:

- 5 muỗng canh bơ
- 3 muỗng canh dầu dừa
- 2 muỗng canh xi-rô việt quất không đường
- 2 muỗng canh bột ca cao

HƯỚNG DẪN:

a) Nấu tất cả các thành phần trong nồi trên lửa nhỏ, khuấy liên tục cho đến khi mọi thứ được trộn đều. Đổ hỗn hợp vào khuôn silicon và đặt trong ngăn đá tủ lạnh ít nhất 3 giờ.

b) Phục vụ.

35. sô cô la dễ dàng việt quất Mập bom

Làm cho: 12

THÀNH PHẦN:

- 5 muỗng canh. bơ
- 3 muỗng canh. dầu dừa
- 2 muỗng canh. siro việt quất không đường
- 2 muỗng canh. bột ca cao

HƯỚNG DẪN:

a) Nấu tất cả các thành phần trong nồi trên lửa nhỏ cho đến khi mọi thứ được trộn đều.

b) Đổ hỗn hợp vào khuôn silicon rồi cho vào ngăn đá tủ lạnh ít nhất 3 tiếng.

36. việt quất pierogi

Làm cho: 48-50

THÀNH PHẦN:

CHO BỘT

- 2 cốc (500 g) bột mì đa dụng
- 1 cốc sữa thực vật nóng
- 1 muỗng cà phê muối

CHO VIỆC LÀM ĐIỀN

- 2 chén quả việt quất / quả việt quất
- 1 muỗng canh bột mì đa dụng

PHỦ BÊN TRÊN THỨC ĂN

- kem ngọt, 12% hoặc 18%
- một nhúm đường đóng băng / bột để rắc

HƯỚNG DẪN:

CHO BỘT

a) Rây bột và chọc một lỗ ở giữa vòm bột. Đổ một ít sữa thực vật còn nóng vào hỗn hợp và khuấy đều. Nhào nhanh, thêm sữa thực vật nếu cần để bột mềm, đàn hồi.

b) Tách bột thành nhiều phần. Trên mặt bàn đã rắc bột, lăn phần bột đầu tiên ra.

c) Cán mỏng bột bằng cây cán bột. Dùng ly hoặc khuôn cắt hình tròn để cắt bột.

CHO VIỆC LÀM ĐIỀN

d) Rửa sạch quả việt quất tươi dưới vòi nước mát.

e) Lấy quả mọng đông lạnh ra khỏi tủ đông ngay trước khi làm pierogi (bánh bao sẽ dễ kết hợp hơn với trái cây đông lạnh)

f) Lau khô trên khăn giấy, trải lên khay và rắc 1 muỗng canh bột mì.

g) Ở trung tâm của mỗi vòng tròn bột, đặt một muỗng cà phê quả việt quất. Gấp bột lên trên phần nhân và gấp các mép lại với nhau. Tiếp tục cho đến khi hết bột và việt quất.

KẾT THÚC LÊN

h) Đun sôi nước muối trong nồi. Giảm nhiệt xuống mức thấp và giữ nó ở đó.

i) Thêm bánh bao và nấu trong 5–6 phút hoặc cho đến khi chúng nổi lên.

j) Trong khi chờ đợi, chuẩn bị một ít kem ngọt. Cho một ít kem vào một cái bát trộn, thêm một ít đường đóng băng/bột và khuấy tất cả lại với nhau. Cắn một miếng xem đã đủ ngọt chưa. Nếu chưa đủ ngọt, hãy thêm đường và thử lại.

k) Dùng thìa có rãnh, lấy pierogi ra khỏi chảo. Dọn ra đĩa với một ít kem ngọt bên trên.

37. Bánh quy việt quất và kem

Làm: 12 đến 17 Cookies

THÀNH PHẦN:

- 225 g bơ, ở nhiệt độ phòng [16 muỗng canh (2 que)]
- 150 g đường hạt [¾ chén]
- 150 g đường nâu nhạt [¼ cốc đóng gói chặt]
- 100 g đường [¼ cốc]
- 2 quả trứng
- 320 g bột mì [2 chén]
- 2 g bột nở [½ muỗng cà phê]
- 1,5 g baking soda [¼ muỗng cà phê]
- 6 g muối kosher [1½ muỗng cà phê]
- ½ khẩu phần vụn sữa
- 130 g quả việt quất khô [¾ cốc]

HƯỚNG DẪN:

a) Kết hợp bơ, đường và glucose trong tô của máy trộn đứng có gắn cánh khuấy và đánh kem ở nhiệt độ trung bình cao trong 2 đến 3 phút. Cạo xuống các cạnh của bát, thêm trứng và đánh trong 7 đến 8 phút.

b) Giảm tốc độ máy trộn xuống thấp và thêm bột mì, bột nở, muối nở và muối. Chỉ trộn cho đến khi bột quyện lại với nhau, không quá 1 phút. (Không được rời khỏi máy trong bước này, nếu không bạn sẽ có nguy cơ trộn bột quá kỹ.) Dùng thìa cạo xuống các thành bát.

c) Vẫn ở tốc độ thấp, thêm vụn sữa và trộn cho đến khi chúng hòa quyện, không quá 30 giây. Đuổi vụn sữa với quả việt quất khô, trộn chúng trong 30 giây.

d) Sử dụng muỗng kem 2¾ ounce (hoặc thước đo ⅓ cốc), chia bột ra khay có lót giấy da. Vỗ phẳng các đỉnh của vòm bột bánh quy. Bọc chặt chảo trong màng bọc thực phẩm và để trong tủ lạnh ít nhất 1 giờ hoặc tối đa 1 tuần. Không nướng bánh quy của bạn ở nhiệt độ phòng—chúng sẽ không nướng đúng cách.

e) Làm nóng lò nướng đến 350°F.

f) Sắp xếp bột đã ướp lạnh cách nhau tối thiểu 4 inch trên giấy da hoặc tấm lót Silpat. Nướng trong 18 phút. Bánh quy sẽ phồng lên, kêu tanh tách và lan rộng. Sau 18 phút, chúng sẽ có màu nâu rất nhạt ở các cạnh nhưng vẫn có màu vàng sáng ở trung tâm; cho họ thêm một phút hoặc lâu hơn nếu không đúng như vậy.

g) Làm nguội hoàn toàn bánh quy trên khuôn giấy trước khi chuyển sang đĩa hoặc hộp kín để bảo quản. Ở nhiệt độ phòng, bánh sẽ giữ được độ tươi trong 5 ngày; trong tủ đông, chúng sẽ giữ được trong 1 tháng.

38. việt quất / ngô rán

Thực hiện: 6 Phục vụ

THÀNH PHẦN:

- ⅔ cốc Bột mì
- ⅓ cốc Bột ngô
- 2 muỗng canh Đường
- 1 muỗng cà phê Bột nở
- ½ thìa cà phê Muối
- ¼ muỗng canh Nhục đậu khấu , đất
- ⅓ cốc Sữa
- 2 quả trứng , tách riêng
- Dầu thực vật
- 1½ cốc quả việt quất
- Đường bánh kẹo và mật ong

HƯỚNG DẪN:

a) Trong bát vừa, khuấy đều bột mì, bột bắp, đường, bột nở, muối và nhục đậu khấu.

b) Trong 2 cốc đo lường, khuấy đều sữa, lòng đỏ trứng và dầu. Đổ vào hỗn hợp bột. Trộn đều. Bột sẽ cứng. Khuấy quả việt quất. Để qua một bên.

c) Trong tô nhỏ với máy trộn ở tốc độ cao, đánh lòng trắng trứng cho đến khi tạo thành các đỉnh cứng. Với thìa cao su, nhẹ nhàng gấp một nửa đã đánh lòng trắng trứng vào bột cho đến khi trộn đều. Sau đó trộn lòng trắng trứng đã đánh còn lại vào bột,

d) Cẩn thận cho từng thìa bột chiên vào dầu nóng, từng thìa một. Chiên 3-4 phút, lật một lần hoặc cho đến khi rán có màu vàng nâu.

39. <u>việt quất vụn thanh</u>

THÀNH PHẦN:

- 1½ chén đường
- 3 chén bột mì đa dụng chưa tẩy trắng
- 1 muỗng cà phê bột nở
- ¼ muỗng cà phê muối
- niềm say mê của một quả chanh
- 1 trứng lớn
- 8 ounces bơ lạnh, không ướp muối, cắt làm tư
- 4 muỗng cà phê bột bắp
- 1 lít quả việt quất

HƯỚNG DẪN:

a) Làm nóng lò ở nhiệt độ 375°F và phết bơ vào chảo 13 x 9 inch .

b) Trong một bát lớn, trộn 1 cốc đường với bột mì và bột nở. Thêm muối và vỏ chanh.

c) Sau đó thêm trứng và bơ để tạo thành một khối bột nhão. Rất khó để trộn bằng thìa của tôi (Deb khuyên dùng nĩa - ai biết tại sao tôi không nghe), càng khó hơn vì tôi không có nhiều chỗ để khoét rãnh trong bát của mình. Bơ sẽ dễ quản lý hơn một chút nếu được làm mềm một chút, mặc dù theo cách này, bột sẽ hơi dính.

d) Ấn một nửa số bột thành một lớp đều trong chảo.

e) Trong một bát riêng, trộn ½ cốc đường, bột ngô và nước cốt của một quả chanh còn lại.

f) Gấp quả việt quất vào hỗn hợp bột ngô. (Deb đã nói trong bài đăng của mình rằng quả việt quất đông lạnh cũng có tác dụng tương tự.)

g) Dàn đều quả việt quất phủ bột ngô trong chảo.

h) Rắc phần bột còn lại lên trên quả việt quất.

i) Nướng chúng trong 45 phút, cho đến khi mặt trên có màu nâu. Để bánh nguội hoàn toàn trước khi cắt thành miếng.

40. Chanh & Việt Quất Sữa bơ bánh nướng nhỏ

THÀNH PHẦN:

- 1⅓ Cup Hỗn hợp bột mì không chứa gluten
- 2 muỗng canh hạnh nhân xay
- ⅔ chén đường
- 1½ muỗng cà phê bột nở không chứa gluten
- ⅛ muỗng cà phê Bicarbonate của Soda
- ½ thìa kẹo cao su Xanthan
- 4 muỗng canh hướng dương phết bơ
- 1 quả trứng miễn phí
- ½ cốc bơ sữa
- ½ cốc sữa tách béo (giảm 2% chất béo)
- 1 chanh, vỏ và nước trái cây, chia
- ¾ cốc quả việt quất đông lạnh hoặc tươi hoặc rã đông
- ⅛ muỗng cà phê muối biển
- 1 cốc đường đóng băng

HƯỚNG DẪN:

a) Làm nóng lò ở 350F. Xếp 2 hộp bánh muffin với 12 giấy gói bánh cupcake.

b) Trong một cái chảo nhỏ, làm tan bơ phết và để nguội một chút. Trong một cái bình, đánh trứng, sữa bơ, sữa, vỏ chanh nghiền mịn và hỗn hợp phết tan chảy trong một cái bình.

c) Nếu sử dụng quả việt quất đông lạnh đã rã đông, hãy thấm khô hoàn toàn trên giấy ăn.

d) Dành 12 phần để trang trí những chiếc bánh đã hoàn thành, sau đó cho phần còn lại vào một cái bát nhỏ và trộn với 1 thìa bột mì.

e) Trong máy trộn thực phẩm đứng hoặc cầm tay, kết hợp bột mì, hạnh nhân xay, đường, bột nở, soda, kẹo cao su xanthan và muối.

f) Tạo một cái giếng ở giữa hỗn hợp khô và đổ hỗn hợp bơ sữa/trứng vào. Trộn với nhau ở tốc độ thấp cho đến khi kết hợp tốt.

g) Thêm quả việt quất và trộn lại ở tốc độ thấp cho đến khi kết hợp. Thìa bột vào giấy gói bánh đã chuẩn bị.

h) Nướng trong 15-20 phút hoặc cho đến khi bánh nướng nhỏ bật lại khi chạm nhẹ vào giữa.

i) Lấy ra khỏi lò và chuyển sang làm mát trên giá đỡ dây.

j) Vắt chanh. Cho đường đóng băng (dạng bột) vào bình và thêm đủ nước cốt chanh để tạo độ sánh đặc như kem.

k) Dùng muỗng cà phê phết lên bánh cupcake và trang trí với quả việt quất đã để sẵn.

41. trái cây với rêu biển

Thực hiện: 12 phần ăn

THÀNH PHẦN:

- 4 cốc quả việt quất tươi
- 2 muỗng canh hạt chia, xay
- 1 thìa cà phê quế
- 1 muỗng cà phê chà là
- 1 thìa cà phê nước cốt chanh
- 1 muỗng canh chiết xuất vani
- ½ cốc gel Rêu biển

HƯỚNG DẪN:

a) Trong một máy xay gia vị, xay hạt Chia thành bột.

b) Trong một máy xay công suất cao, kết hợp tất cả các thành phần cho đến khi mịn. Để yên trong 10 phút để hạt chia đặc lại.

c) Dàn thật mỏng hỗn hợp cho vào máy khử nước hoặc lò nướng ở nhiệt độ rất thấp và sấy khô trong khoảng 16 giờ, lật màng bọc ra giữa chừng.

d) Cắt theo ý thích, cuộn giấy sáp như hình.

MÓN CHÍNH

42. Dâu tây / Việt quất Canh

Làm cho: 4

THÀNH PHẦN:

- 1 pound dâu tây tươi hoặc quả việt quất, làm sạch tốt
- 1 ¼ cốc nước
- 3 muỗng canh chất làm ngọt dạng hạt thuần chay
- 1 muỗng canh nước cốt chanh tươi
- ½ cốc kem cà phê đậu nành hoặc gạo
- Tùy chọn: 2 chén mì đã nấu chín, để nguội

HƯỚNG DẪN:

a) Trong một nồi vừa, kết hợp trái cây với nước và đun sôi nhanh chóng.

b) Giảm nhiệt xuống thấp, đậy nắp và nấu trong 20 phút hoặc cho đến khi trái cây rất mềm.

c) Xay trong máy xay sinh tố cho đến khi mịn. Cho hỗn hợp nhuyễn trở lại nồi và cho đường, nước cốt chanh và kem vào khuấy đều. Để lửa nhỏ trong 5 phút sau khi khuấy.

d) Trước khi phục vụ, làm lạnh súp trong ít nhất 2 giờ.

Theo truyền thống, món súp này được phục vụ riêng hoặc ăn kèm với mì lạnh.

43. việt quất với boletus

Thực hiện: 4 phần ăn

THÀNH PHẦN:

- 8¾ ounce Boletus tươi , thái lát
- 1 nhỏ Củ hành; Thái nhỏ
- ¾ ounce Bơ
- 5 lạng Cơm Risotto; chưa đánh bóng
- 5½ ounce quả việt quất
- ¼ cốc Rượu trắng; khô
- 1¾ cốc nước dùng
- ¼ cốc Dầu ô liu
- 1 nhánh cỏ xạ hương
- 1 Tỏi đinh hương; nghiền nát
- 2 lạng Bơ

HƯỚNG DẪN:

a) Trong chảo đun nóng bơ và xào hành tây. Cho cơm và quả việt quất vào xào nhanh.

b) Làm ẩm bằng rượu, nấu cho đến khi ngấm; làm ẩm với nước dùng và nấu cho đến khi mềm.

c) Khuấy liên tục, nếu cần thiết, thêm một ít nước dùng. Nêm với muối và hạt tiêu.

d) Đun nóng dầu trong chảo, xào nấm, tỏi và húng tây. Khuấy bơ vào risotto.

e) Chuyển sang đĩa ấm và trang trí với nấm.

44. heo rừng Hầm với quả việt quất

THÀNH PHẦN:

- 1 ký heo rừng (thái hạt lựu, vai hoặc chân)
- 1 ½ muỗng canh dầu thực vật
- 1 củ hành tây (thái lát mỏng)
- 2 củ cà rốt
- 1 Cam (hữu cơ)
- 1 tép tỏi
- 1 cây đinh hương
- 1 thanh quế
- 4 quả bách xù
- 2 nhúm nhục đậu khấu
- 2 lá nguyệt quế
- 2 muỗng canh rượu cognac
- rượu vang đỏ (1 lít.)
- 4 muỗng canh nước dùng bò
- 2 muỗng canh mứt việt quất
- 200 gram việt quất tươi
- 2 muỗng canh bột mì (tùy chọn)
- canh gà

HƯỚNG DẪN:

a) Cho thịt viên vào chảo dầu chiên vàng, sau đó vớt thịt ra để riêng.

b) Trong cùng một chảo, xào hành tây (thái lát mỏng) và cà rốt.

c) Thêm vỏ cam, tỏi nghiền, đinh hương, thanh quế và quả bách xù, sau đó nêm muối và hạt tiêu, rắc nhục đậu khấu và thêm garni bó hoa .

d) Cho thịt trở lại nồi và thêm rượu mạnh, flambé nếu muốn.

45. khoai tây, hành tây và tương ớt

THÀNH PHẦN:

- Bột mì đa dụng để phủi vỏ bánh pizza
- 1 bột tự làm
- 12 ounce khoai tây luộc, chẳng hạn như khoai tây chiên Ailen, đã gọt vỏ
- 6 muỗng canh tương ớt việt quất
- Tương ớt
- 6 ounces Monterey Jack, nạo
- 3 muỗng canh lá thì là băm nhỏ
- 1 củ hành ngọt lớn, chẳng hạn như Vidalia

HƯỚNG DẪN:

a) Bột tươi trên đá pizza. Phủ nhẹ vỏ bánh pizza bằng bột mì. Thêm bột và tạo thành một hình tròn lớn bằng cách dùng đầu ngón tay làm lõm nó. Nhặt nó lên, giữ cạnh của nó và từ từ xoay nó, kéo dài nó liên tục cho đến khi nó có đường kính khoảng 14 inch. Đặt mặt bột xuống trên vỏ.

b) Bột tươi trên khay bánh pizza. Bôi trơn khay hoặc khay nướng bằng bình xịt chống dính. Đặt bột vào giữa một trong hai chỗ lõm bột bằng đầu ngón tay của bạn cho đến khi bột thành một hình tròn dẹt, dày—sau đó kéo và ấn bột cho đến khi bột tạo thành hình tròn 14 inch trên khay hoặc hình chữ nhật 12 × 7 inch không đều trên khay khay nướng.

c) Một lớp vỏ bánh nướng. Đặt nó lên vỏ bánh pizza nếu sử dụng đá nướng bánh pizza — hoặc đặt lớp vỏ đã nướng lên khay bánh pizza. Trong khi lò nướng hoặc vỉ nướng nóng lên, hãy đun sôi khoảng 1 inch nước trong một cái chảo lớn được trang bị nồi hấp rau củ. Cho khoai tây vào, đậy nắp, giảm lửa vừa và hấp cho đến khi mềm khi dùng nĩa đâm vào, khoảng 10 phút. Chuyển sang một cái rổ đặt trong bồn rửa và để nguội trong 5 phút, sau đó cắt thành những miếng tròn rất mỏng.

d) Trải đều tương ớt lên lớp vỏ đã chuẩn bị, để lại một đường viền khoảng 1 / inch ở mép. Lên trên đều với Monterey Jack bào. Sắp xếp các lát khoai tây đều và trang trí trên bánh, sau đó rắc thì là. Cắt hành tây làm đôi qua thân của nó. Đặt mặt đã cắt úp xuống thớt và dùng dao thật sắc để cắt thành những lát mỏng như tờ giấy. Tách các lát này thành các dải riêng lẻ và đặt chúng lên trên chiếc bánh.

e) Trượt bánh từ vỏ sang đá rất nóng, cẩn thận giữ cố định các lớp trên cùng hoặc đặt bánh lên khay hoặc khay nướng trong lò nướng hoặc trên phần vỉ nướng không tiếp xúc trực tiếp với nhiệt nguồn.

f) Nướng hoặc nướng với nắp đậy kín cho đến khi lớp vỏ có màu nâu nhạt ở rìa, thậm chí có màu nâu sẫm hơn ở mặt dưới, từ 16 đến 18 phút. Nếu có bất kỳ bong bóng khí nào nổi lên ở rìa hoặc ở giữa bột mới, hãy dùng nĩa chọc thủng chúng để tạo ra lớp vỏ đều.

g) Trượt vỏ trở lại dưới chiếc bánh nóng trên đá hoặc chuyển chiếc bánh trên khay hoặc khay nướng của nó vào giá dây. Để nguội trong 5 phút trước khi cắt và phục vụ.

46. Salad việt quất, quýt, cà rốt & arugula trong lọ

Làm cho: 2

THÀNH PHẦN:
- ½ chén quả việt quất
- 2 quả quýt, bóc vỏ và phân đoạn
- ½ chén cà rốt nạo sợi
- 1 chén rau xà lách

CÁCH ĂN MẶC:
- 1 muỗng canh dầu ô liu
- 1 thìa nước cốt chanh tươi và chút muối biển

HƯỚNG DẪN:

a) Xếp các nguyên liệu theo thứ tự sau: sốt, cà rốt, quả việt quất, miếng quýt và rau arugula.

47. Salad gà , việt quất & bơ

Làm cho: 2

THÀNH PHẦN:

- 1 chén gà nướng hình khối
- ½ chén dâu tây
- ½ chén quả việt quất
- 1 chén rau bina
- ½ quả bơ

CÁCH ĂN MẶC:

- 1 muỗng canh dầu ô liu
- 1 muỗng canh nước cốt chanh tươi
- một nhúm hạt tiêu đen
- nhúm muối biển
- 1 muỗng canh hạt gai dầu

HƯỚNG DẪN:

a) Xếp các nguyên liệu theo thứ tự sau: Nước xốt, thịt gà, dâu tây, quả việt quất, bơ và rau bina.

48. Thịt gà , Việt quất , Ricotta & Dâu tây Xa lát

Làm cho: 2

THÀNH PHẦN:

- 1 chén gà nướng
- ½ chén dâu tây
- 1 chén rau diếp
- ½ chén quả việt quất
- ½ chén ricotta thái lát

CÁCH ĂN MẶC:

- 1 muỗng canh dầu ô liu hoặc dầu bơ
- 1 muỗng canh nước cốt chanh tươi
- một nhúm hạt tiêu đen
- nhúm muối biển

HƯỚNG DẪN:

a) Trộn tất cả các thành phần trừ rau diếp và phục vụ trên luống rau diếp.

49. Salad diêm mạch, đậu xanh, măng tây & củ cải

Làm cho: 2

THÀNH PHẦN:

- 1 chén quinoa nấu chín
- ½ chén củ cải xắt nhỏ
- ½ chén quả việt quất
- 1 chén đậu xanh trộn hạt chia
- ½ chén măng tây

CÁCH ĂN MẶC:

- 1 muỗng canh dầu ô liu hoặc dầu thì là đen
- 1 muỗng canh nước cốt chanh tươi
- một nhúm hạt tiêu đen
- nhúm muối biển

HƯỚNG DẪN:

a) Trộn tất cả các thành phần.

50. Quinoa , rau bina , quả việt quất và dâu tây Xa lát

Làm cho: 2

THÀNH PHẦN:

- 1 chén quinoa nấu chín trộn với 1 muỗng canh hạt lanh xay
- ½ chén dâu tây
- ½ chén quả việt quất
- 1 chén rau bina
- ½ củ cà rốt xắt nhỏ

CÁCH ĂN MẶC:

- 1 muỗng canh dầu ô liu
- 1 muỗng canh nước cốt chanh tươi
- một nhúm hạt tiêu đen
- nhúm muối biển
- một nhúm hạt thì là đen

HƯỚNG DẪN:

a) Trộn tất cả các thành phần.

51. Quinoa quả mọng Xa lát

THÀNH PHẦN:

QUẦN ÁO MẬT ONG CITRUS:

- 1 muỗng cà phê vỏ cam
- 4 muỗng canh nước cam tươi
- 2 thìa nước cốt chanh tươi
- 1 muỗng canh nước cốt chanh tươi
- 1 thìa mật ong
- 1 muỗng cà phê bạc hà thái nhỏ
- 1 muỗng cà phê húng quế thái nhỏ

XA LÁT:

- 2 chén quinoa đỏ nấu chín
- 1 ½ chén dâu tây cắt làm đôi
- 1 chén quả mâm xôi
- 1 chén quả mâm xôi
- 1 chén quả việt quất
- 1 chén hạnh nhân quế rang mật ong xắt nhỏ
- 1 muỗng canh bạc hà thái nhỏ
- 1 muỗng canh húng quế thái nhỏ

HƯỚNG DẪN:

a) **Đối với nước sốt:** Trong một bát nhỏ, đánh vỏ cam, nước cam, nước cốt chanh, nước cốt chanh, mật ong, bạc hà và húng quế. Để qua một bên.

b) Trong một bát lớn, kết hợp quinoa nấu chín, dâu tây, quả mâm xôi, quả mâm xôi, quả việt quất, hạnh nhân, bạc hà và húng quế.

c) Rưới nước xốt lên món salad và nhẹ nhàng khuấy lại. Phục vụ.

52. Salad gà , việt quất & bơ

Làm cho: 2

THÀNH PHẦN:

- 1 chén gà nướng hình khối
- ½ chén dâu tây
- ½ chén quả việt quất
- 1 chén rau bina
- ½ quả bơ

CÁCH ĂN MẶC:

- 1 muỗng canh dầu ô liu
- 1 muỗng canh nước cốt chanh tươi
- một nhúm hạt tiêu đen
- nhúm muối biển
- 1 muỗng canh hạt gai dầu

HƯỚNG DẪN:

a) Xếp các nguyên liệu theo thứ tự sau: Nước xốt, thịt gà, dâu tây, quả việt quất, bơ và rau bina.

MÓN TRÁNG MIỆNG

53. việt quất & đào sắc nét

Làm cho: 8

THÀNH PHẦN:

- 6 chén đào tươi, gọt vỏ và thái lát
- 2 chén quả việt quất tươi
- ⅓ chén cộng với ¼ chén đường nâu nhạt (để riêng)
- 2 muỗng canh bột hạnh nhân
- 2 muỗng cà phê quế , chia
- 1 chén yến mạch nấu nhanh
- 3 muỗng canh bơ thực vật dầu ngô

HƯỚNG DẪN:

a) Làm nóng lò ở nhiệt độ 350 độ F.
b) kết hợp quả việt quất Và đào trong một món nướng.
c) Kết hợp ⅓ cốc đường nâu, bột mì và 1 thìa cà phê quế .
d) Cho đào và việt quất vào trộn đều.
e) Trộn yến mạch, đường nâu còn lại và quế còn lại .
f) Cắt bơ thực vật cho đến khi vụn, sau đó rắc lên trái cây.
g) Nướng trong 25 phút s.

54. bánh chanh việt quất

Làm cho: 4

THÀNH PHẦN:

CHO BÁNH:

- ⅔ chén bột hạnh nhân
- 5 quả trứng
- ⅓ cốc sữa hạnh nhân, không đường
- ¼ cốc erythritol
- 2 muỗng cà phê chiết xuất vani
- Nước cốt của 2 quả chanh
- 1 muỗng cà phê vỏ chanh
- ½ muỗng cà phê baking soda
- Chút muối
- ½ chén quả việt quất tươi (½ nạc)
- 2 muỗng canh bơ, tan chảy

ĐỐI VỚI BÓNG ĐÁ:

- ½ cốc kem nặng
- Nước cốt của 1 quả chanh
- ⅛ cốc erythritol

HƯỚNG DẪN:

a) Làm nóng lò ở 350F

b) Trong một bát, thêm bột hạnh nhân, trứng và sữa hạnh nhân và trộn đều cho đến khi mịn.

c) Thêm erythritol , một chút muối, muối nở, vỏ chanh, nước cốt chanh và chiết xuất vani. Trộn và kết hợp tốt.

d) Cho quả việt quất vào.

e) Sử dụng bơ để bôi trơn chảo dạng lò xo .

f) Đổ bột vào chảo mỡ. Đặt trên một tấm nướng để nướng đều. Cho vào lò nướng cho đến khi chín ở giữa và hơi nâu ở mặt trên, khoảng 35 đến 40 phút.

g) Để nguội trước khi lấy ra khỏi chảo. Trộn erythritol , nước cốt chanh và kem nặng. Trộn đều.

h) Đổ sương lên trên. Phục vụ.

55. <u>việt quất Hoa oải hương cây Nam việt quất sắc nét</u>

Làm cho: 6-8

THÀNH PHẦN:

- 3 chén quả việt quất
- 1 chén quả nam việt quất
- ½ muỗng cà phê hoa oải hương tươi
- ¾ chén đường
- 1-½ chén bánh quy graham bột yến mạch nghiền nát
- ½ chén đường nâu
- ½ chén bơ đun chảy
- ½ chén hạnh nhân thái lát

HƯỚNG DẪN:

a) Làm nóng lò ở 350 độ F.

b) Kết hợp quả việt quất, nam việt quất, hoa oải hương và đường.

c) Trộn đều và đổ vào chảo nướng 8 x 8 inch.

d) Kết hợp bánh quy giòn, đường nâu, bơ tan chảy và hạnh nhân thái lát.

e) Đổ vụn lên trên phần nhân.

f) Nướng trong 20 đến 25 phút, cho đến khi nhân sủi bọt.

g) Để nguội ít nhất 15 phút trước khi ăn.

56. việt quất Tay bánh nướng

Làm cho: 8

THÀNH PHẦN:

- 1 chén quả việt quất
- 2½ muỗng canh đường bột
- 1 thìa cà phê nước cốt chanh
- 1 nhúm muối
- 320g vỏ bánh làm lạnh
- Nước

HƯỚNG DẪN:

a) Kết hợp quả việt quất, đường, nước cốt chanh và muối trong một bát trộn vừa.

b) Tung ra các lớp vỏ bánh và cắt ra 6-8 vòng tròn riêng biệt.

c) Ở trung tâm của mỗi vòng tròn, đặt khoảng 1 thìa đầy quả việt quất.

d) Thấm ướt mép bột rồi gấp nhân lên trên để tạo hình nửa vầng trăng.

e) Nhẹ nhàng uốn các cạnh của lớp vỏ bánh cùng với một cái nĩa. Sau đó, cắt ba đường rạch ở mặt trên của những chiếc bánh nướng bằng tay.

f) Xịt dầu ăn lên mặt bánh.

g) Đặt chúng vào Sear Plate.

h) Bật Lò nướng không dầu và xoay núm để chọn "Nướng".

i) Chọn hẹn giờ trong 20 phút và nhiệt độ là 350 °F.

j) Khi thiết bị phát ra tiếng bíp để báo hiệu thiết bị đã được làm nóng trước, hãy mở cửa lò và cho Tấm Sear vào trong lò.

k) Để nguội trong hai phút trước khi phục vụ.

57. <u>việt quất Sữa bơ Chua cay</u>

Làm cho: 1 khẩu phần

THÀNH PHẦN:

VỎ BỌC

- 1½ chén bột mì đa dụng
- ¼ chén đường
- ¼ muỗng cà phê muối
- ¼ pound Bơ lạnh; cắt bit
- 1 trứng lớn; đánh với
- 2 muỗng canh Nước đá
- Gạo sống; để cân vỏ

SỮA BƠ

- 1 cốc bơ sữa
- 3 lòng đỏ trứng lớn
- ½ chén đường
- 1 thìa Vỏ chanh; vỉ lò sưởi
- 1 muỗng canh nước cốt chanh tươi
- ½ thanh bơ lạt; tan chảy, mát mẻ
- 1 muỗng cà phê vani
- ½ muỗng cà phê muối
- 2 muỗng canh Bột mì đa dụng
- 2 cốc quả việt quất; chọn qua
- đường bánh kẹo

HƯỚNG DẪN:

VỎ BỌC

a) Trong một cái bát, khuấy đều bột mì, đường và muối. Thêm bơ và trộn cho đến khi hỗn hợp giống như một bữa ăn thô. Thêm hỗn hợp lòng đỏ, trộn cho đến khi chất lỏng được kết hợp và tạo thành bột vào đĩa. Bột nhào với bột và làm lạnh, bọc trong bọc nhựa, trong 1 giờ. Cán bột dày ⅛" trên bề mặt đã rắc bột và cho vừa vào khuôn bánh tart 10" có vành rãnh có thể tháo rời.

b) Làm lạnh vỏ trong ít nhất 30 phút hoặc đậy nắp qua đêm.

c) Làm nóng lò trước ở 350 độ.

d) Lót giấy bạc lên vỏ và cho cơm vào. Nướng vỏ ở giữa lò trong 25 phút.

e) Cẩn thận lấy giấy bạc và gạo ra và Nướng vỏ thêm 5 phút nữa hoặc cho đến khi vàng nhạt. Vỏ nguội trong chảo trên giá.

ĐỔ ĐẦY

f) Trong máy xay sinh tố hoặc bộ xử lý, trộn các nguyên liệu làm nhân cho đến khi mịn. Trải đều quả việt quất dưới đáy vỏ.

g) Đổ bơ sữa lên quả việt quất và nướng ở giữa lò trong 30 đến 35 phút hoặc cho đến khi vừa chín.

h) Tháo vành chảo và làm nguội hoàn toàn bánh trong chảo trên giá. Rây đường của bánh kẹo lên bánh tart và phục vụ ở nhiệt độ phòng hoặc ướp lạnh với kem việt quất.

58. Soufflé bột yến mạch

Làm cho: 4

THÀNH PHẦN:

- 1 chén yến mạch cán dày
- 3 ly sữa nguyên chất
- 2 muỗng canh đường turbinado
- Một nhúm muối kosher
- 3 quả trứng lớn, tách ra
- 2 cốc hỗn hợp quả mâm xôi và quả việt quất
- ½ muỗng cà phê vỏ chanh bào mịn
- Đường bánh kẹo, để phủ bụi
- Xi-rô phong nguyên chất, để phục vụ

HƯỚNG DẪN:

a) Làm nóng lò ở 350 °. Bơ một đĩa nướng 2 lít.

b) Trong một cái chảo lớn, kết hợp yến mạch, sữa, đường turbinado và muối rồi đun nhỏ lửa.

c) Nấu trên lửa vừa phải, thỉnh thoảng khuấy cho đến khi đặc lại thành cháo đặc, khoảng 15 phút. Loại bỏ nhiệt; để hơi nguội.

d) Làm việc nhanh chóng, khuấy lòng đỏ trứng vào bột yến mạch cho đến khi trộn đều.

e) Cho 1 chén quả mọng và vỏ chanh vào.

f) Trong một bát lớn, sử dụng máy trộn cầm tay, đánh lòng trắng trứng ở tốc độ trung bình cho đến khi tạo thành các đỉnh cứng vừa phải, khoảng 3 phút. Nhẹ nhàng gấp lòng trắng vào bột yến mạch cho đến khi kết hợp.

g) Cạo hỗn hợp vào đĩa đã chuẩn bị và nướng trong khoảng 30 phút, cho đến khi vàng và phồng lên.

h) Rắc đường bánh kẹo và dùng nóng với 1 cốc quả mọng và xi-rô phong còn lại, nếu muốn.

59. Việt quất và vani Đá Kem

Khoảng 6 phần ăn

THÀNH PHẦN:

- 175g/6 oz quả việt quất, rửa sạch và để ráo nước
- 40g/1½ oz caster hoặc đường hạt
- Hộp 284ml whipping cream, ướp lạnh
- 1 muỗng canh chiết xuất vani
- 225g/8 oz mãng cầu làm sẵn, ướp lạnh

HƯỚNG DẪN:

a) Cho quả việt quất vào một cái chảo nhỏ và rắc đường lên trên. Đun nhẹ, thỉnh thoảng khuấy, cho đến khi nước quả việt quất chảy ra và sôi.

b) Đun nhỏ lửa trong 2–3 phút cho đến khi trái cây rất mềm.

c) Lọc hỗn hợp việt quất qua rây và loại bỏ hạt. Để hỗn hợp nhuyễn nguội rồi cho vào tủ lạnh cho đến khi lạnh.

d)

e) Đổ kem vào một cái bình lớn và đánh kem cho đến khi đủ đặc để tạo thành các dải trên bề mặt (không nên tạo thành các đỉnh).

f) Cho vani, sữa trứng và dâu đen vào khuấy đều.

g) Cho hỗn hợp vào máy làm kem và đóng băng theo hướng dẫn.

h) Chuyển đến một thùng chứa thích hợp và đóng băng cho đến khi cần thiết.

60. <u>việt quất nước giải khát</u>

THÀNH PHẦN:

- 2 quả việt quất tươi hái qua chưa rửa
- 2 ½ chén đường
- Nước cốt của 2 quả chanh
- 1¼ cốc nước lạnh

HƯỚNG DẪN:

a) Nghiền quả mọng với đường, nước cốt chanh và nước.

b) Đổ vào máy làm kem và đóng băng theo hướng dẫn - cho đến khi mịn và đông lạnh.

c) Để giữ hương vị trái cây, phục vụ trong cùng một ngày.

61. quả mọng hỗn hợp kem trái cây

THÀNH PHẦN:

- 3 cốc hỗn hợp quả mọng
- 1 chén đường
- 2 cốc nước
- Nước cốt của 1 quả chanh
- ½ muỗng cà phê muối kosher

HƯỚNG DẪN:

a) Trong một cái bát, trộn tất cả các loại quả mọng và đường với nhau. Để quả mọng ngâm ở nhiệt độ phòng trong 1 giờ, cho đến khi chúng tiết ra nước.

b) Chuyển quả mọng và nước ép của chúng vào máy xay sinh tố hoặc máy chế biến thực phẩm và thêm nước, nước cốt chanh và muối. Xung cho đến khi kết hợp tốt. Chuyển sang hộp đựng, đậy nắp và để trong tủ lạnh cho đến khi lạnh, ít nhất 2 giờ hoặc tối đa qua đêm.

c) Đóng băng và khuấy trong máy làm kem theo hướng dẫn của nhà sản xuất. Để có độ đặc mềm, hãy phục vụ kem hấp ngay lập tức; để có độ đặc chắc hơn, hãy chuyển nó vào hộp đựng, đậy nắp và để đông cứng trong ngăn đá từ 2 đến 3 giờ.

62. việt quất bánh pho mát Đá Kem

Thực hiện: 12 phần ăn

THÀNH PHẦN:

- 12 oz pho mát kem, nhiệt độ phòng
- ½ thìa muối
- 1 cốc sữa hạnh nhân không đường, nhiệt độ phòng
- ¼ chén mascarpone, nhiệt độ phòng
- 2 muỗng canh vani
- 1 muỗng canh chiết xuất chanh hoặc nước trái cây
- ¼ chén kem chua, nhiệt độ phòng
- 1 cốc chất tạo ngọt Swerve
- 1 chén quả việt quất

HƯỚNG DẪN

a) Chuẩn bị và lắp ráp các thành phần của bạn. Nếu người mẫu của bạn khuyến nghị, hãy làm đông lạnh trước tô trộn của máy làm kem trong ít nhất 24 giờ. Phô mai kem, mascarpone, sữa hạnh nhân và kem chua đều phải ở nhiệt độ phòng.

b) Trong máy trộn có gắn cánh khuấy, trộn pho mát kem cho đến khi mịn. Cạo xuống bát định kỳ

c) Thêm đường và muối trong khi máy trộn đang chạy, trộn cho đến khi các thành phần kết hợp và mịn. Thêm mascarpone, trộn cho đến khi kết hợp và hỗn hợp mịn.

d) Từ từ thêm sữa, vani, chanh và kem chua.

e) Đổ hỗn hợp vào bát và làm lạnh trong tủ lạnh ít nhất 2 giờ hoặc qua đêm. Nó phải được làm lạnh tốt.

f) Cắt nhỏ quả việt quất trong máy xay thực phẩm hoặc cắt thô bằng dao. Một hỗn hợp có một phần đặc và một phần mịn là hoàn hảo. Làm lạnh quả việt quất trong tủ lạnh ít nhất 2 giờ hoặc qua đêm.

g) Làm theo hướng dẫn của nhà sản xuất để làm kem. Mô hình chúng tôi sử dụng đi kèm với một bát đông lạnh đính kèm được đông lạnh trước trong 24 giờ trong tủ đông. Không cần muối và đá.

h) Cài đặt máy làm kem của bạn theo hướng dẫn của nhà sản xuất và bật nó lên. Đổ hỗn hợp vào tô đông lạnh và trộn cho đến khi nó bắt đầu đặc lại, khoảng 10 đến 15 phút.

i) Thêm quả việt quất và tiếp tục trộn thêm 5 đến 10 phút nữa cho đến khi kem bắt đầu đông lại và có kết cấu kem mềm. Chuyển kem vào hộp kín và tủ đông thêm một vài lần nữa cho đến khi đạt được độ đặc mong muốn của bạn.

j) Khi bạn đã sẵn sàng để ăn, hãy để kem mềm trên quầy (nếu cần), múc kem lên và thưởng thức!

63. Sous Vide Việt Quất Chanh Compote

Làm cho: 6

THÀNH PHẦN:

- 2 chén quả việt quất tươi
- ½ chén đường
- Vỏ của 1 quả chanh
- 2 thìa nước cốt chanh
- 1 muỗng canh bơ

HƯỚNG DẪN:

a) Đặt sous vide của bạn thành 185F/85C.

b) Trong một bát lớn, kết hợp quả việt quất, đường, vỏ chanh và nước trái cây, và bơ. Trộn đều.

c) Đổ vào túi hút chân không và ngâm trong bồn nước trong 2 giờ.

d) Lấy túi ra khỏi bồn nước và đổ vào một cái bát. Khuấy và sử dụng ấm hoặc làm lạnh để sử dụng sau.

64. việt quất Parfait ăn sáng lựu

Làm cho: 1

THÀNH PHẦN:

- Sữa chua Hy Lạp không béo
- Em yêu
- quả việt quất
- Những hạt lựu
- Yến mạch cán nhỏ

HƯỚNG DẪN:

a) Rưới một chút mật ong vào cốc hoặc bát mà bạn sẽ phục vụ món parfaits nếu bạn muốn mật ong nổi rõ bên ngoài.
b) Thêm một thìa sữa chua và rắc một ít quả việt quất, hạt lựu và một thìa granola lên trên.
c) Thêm một thìa sữa chua khác, phủ thêm một giọt mật ong lên trên và phủ thêm quả việt quất, hạt lựu và granola lên trên. Bạn có thể xếp lớp nhiều lần nếu cần để lấp đầy đĩa phục vụ của mình.
d) Phục vụ ngay lập tức hoặc giữ lạnh cho đến khi sẵn sàng để ăn.

65. Kem Amaretto Cherry & Việt Quất

Làm: 4 cốc

THÀNH PHẦN:

- 2 muỗng canh đường
- 2 muỗng canh Amaretto
- 2 ½ chén anh đào Bing tươi, đọ sức
- ½ chén quả việt quất tươi
- 2 muỗng canh bột bắp
- 2 cốc rưỡi, chia
- ⅔ chén đường
- 1 muỗng canh Amaretto
- ¼ muỗng cà phê muối

HƯỚNG DẪN:

a) Kết hợp đường, Amaretto, anh đào và quả việt quất trong một bát vừa. Để yên trong 30-45 phút, thỉnh thoảng đảo. Thêm trái cây với nước ép vào một cái chảo vừa và nấu trên lửa vừa, khuấy thường xuyên, cho đến khi mềm, khoảng 15 phút. Để trái cây nguội một chút, sau đó cho vào máy xay thực phẩm và xay nhuyễn cho đến khi gần mịn, để lại một chút kết cấu. Để riêng ⅓ cốc hỗn hợp trái cây để trộn thành kem; cho hỗn hợp trái cây còn lại vào chảo.

b) Đánh đều tinh bột ngô và 3 muỗng canh rưỡi trong một cái bát nhỏ; để qua một bên. Thêm nửa rưỡi còn lại, đường, Amaretto và muối vào nồi với hỗn hợp trái cây; đun sôi ở nhiệt độ trung bình cao trong khi khuấy liên tục. Đánh bông trong hỗn hợp bột ngô. Đun sôi trở lại và nấu thêm 1 đến 2 phút, khuấy cho đến khi đặc lại. Tắt bếp và để nguội đến nhiệt độ phòng, sau đó đậy nắp và làm lạnh trong 6 giờ trong tủ lạnh.

c) Đổ hỗn hợp kem đã làm lạnh vào xi lanh đông lạnh của máy làm kem; đóng băng theo hướng dẫn của nhà sản xuất .

d) Múc một nửa hỗn hợp kem vào hộp đựng an toàn trong tủ đông, đổ hỗn hợp trái cây lên trên và lặp lại. Xoay các lớp lại với nhau bằng xiên gỗ. Đông lạnh hỗn hợp qua đêm cho đến khi cứng lại.

66. <u>việt quất bánh bột ngô</u>

Làm: 16 Làm: 2 bánh 9 inch

THÀNH PHẦN:

Bánh bột:

- 3 chén bột mì đa dụng
- 1 ½ chén bột ngô
- 1 muỗng canh bột nở
- 1 muỗng cà phê muối
- 1 pound bơ không muối, làm mềm
- 3 chén đường trắng
- 8 quả trứng, ở nhiệt độ phòng
- 1 ½ chén kem chua
- 1 thìa chiết xuất vani
- ½ chén bơ không ướp muối, chia
- 1 chén đường nâu, chia
- 6 cốc quả việt quất tươi, chia

HƯỚNG DẪN:

a) Làm nóng lò ở 350 độ F (175 độ C).

b) Trộn bột mì đa dụng, bột ngô, bột nở và muối với nhau trong một cái bát.

c) Đánh bông bơ và đường bằng máy trộn điện cho đến khi mịn. Đập từng quả trứng vào, cạo xuống bát sau mỗi lần thêm. Thêm kem chua và vani; kết hợp cho đến khi mịn. Thêm hỗn hợp bột và trộn cho đến khi kết hợp. Để qua một bên.

d) Chia bơ giữa hai chảo gang 9 inch; tan chảy trên lửa vừa-thấp, khoảng 1 phút. Thêm ½ lượng đường nâu vào mỗi chảo; nấu cho đến khi bơ và đường bắt đầu sủi bọt, 2 đến 3 phút. Chia quả việt quất giữa hai chảo và bắc ra khỏi bếp.

e) Chia bột ngô giữa các chảo; đặt từng cái trên một cái chảo.

f) Nướng trong lò đã làm nóng trước cho đến khi một cây tăm cắm vào giữa rút ra sạch sẽ, từ 45 đến 50 phút.

g) Để nguội một chút, khoảng 15 phút. Chạy một con dao xung quanh các cạnh bên ngoài của mỗi chiếc bánh và úp ngược lên thớt để cắt.

67. thô khoai tây chiên

Làm cho: 6-8

THÀNH PHẦN:

- 30 ounce quả hỗn hợp (dâu tây, quả việt quất, quả mâm xôi)
- 2 chén quả óc chó thô hoặc hồ đào thô
- ¼ chén bột yến mạch chưa nấu chín
- 2 muỗng canh xi-rô phong
- ¼ muỗng cà phê bột hành

HƯỚNG DẪN:

a) Trong một bát lớn, trộn dâu tây thái lát và các loại quả mọng đã rửa sạch khác.

b) Chuẩn bị topping trong một bộ xử lý thực phẩm, đập tất cả các thành phần cho đến khi vừa kết hợp.

c) Trong một đĩa thịt hầm 1,4 lít, thêm phần lớn hỗn hợp quả mọng, để lại khoảng một vài muỗng canh. Trải đều.

d) Bây giờ đổ phần lớn hỗn hợp lên trên quả mọng, để lại một vài thìa canh.

e) Bây giờ rắc các quả mọng còn lại lên trên và cuối cùng là phần còn lại của topping.

f) Phục vụ ngay lập tức hoặc làm lạnh trong 1 giờ.

68. việt quất Chua cay

Thực hiện: 4 phần ăn

THÀNH PHẦN:

- 2 chén quả việt quất tươi
- ⅓ đường nâu
- 4 muỗng cà phê bột bắp
- ½ chén hạnh nhân thái lát
- 2 muỗng canh nước
- 1 tấm vỏ bánh làm lạnh
- 1 lòng đỏ trứng gà, đánh tan

HƯỚNG DẪN:

a) Làm nóng lò ở 400 độ.

b) Trong một bát lớn, kết hợp quả việt quất, đường nâu, bột ngô và nước.

c) Múc hỗn hợp việt quất vào giữa vỏ bánh.

d) Gấp cạnh 2 inch của lớp vỏ trên hỗn hợp quả việt quất, hơi gấp lớp vỏ.

e) Quét lòng đỏ trứng lên mặt bánh và phết hạnh nhân thái lát lên trên.

f) Nướng trong 20 phút cho đến khi lớp vỏ vàng.

g) Làm mát một chút trước khi phục vụ.

69. sữa dâu mảnh vụn

Làm cho: 2½ cốc

THÀNH PHẦN:

- 1 phần Cốm sữa
- 40 g bột anh đào đông khô [½ cốc]
- 20 g bột việt quất đông khô [¼ cốc]
- 0,5 g muối kosher [⅛ muỗng cà phê]

HƯỚNG DẪN:

a) Quăng vụn sữa với bột quả mọng và muối vào một bát vừa cho đến khi tất cả vụn sữa đều có màu đỏ và xanh lốm đốm đều nhau, được phủ một lớp bột quả mọng.

b) Các mẩu vụn sẽ giữ trong hộp kín trong tủ lạnh hoặc tủ đông trong tối đa 1 tháng.

70. táo việt quất quả óc chó sắc nét

Thực hiện: 6 phần ăn

THÀNH PHẦN:

ĐỔ ĐẦY:

- 3 quả táo lớn màu đỏ hoặc vàng (khoảng 2 pound), gọt vỏ và cắt thành miếng ½ inch (khoảng 4 cốc)
- 2 muỗng canh đường nâu đóng gói
- 2 muỗng canh bột mì nguyên cám
- 1 muỗng cà phê chiết xuất vani
- ½ muỗng cà phê bột quế
- ½ quả việt quất (1 cốc)

ĐỈNH CAO TUYỆT VỜI:

- ¾ chén quả óc chó, thái nhỏ
- ¼ chén yến mạch kiểu cũ hoặc nấu nhanh
- 2 muỗng canh đường nâu đóng gói
- 2 muỗng canh bột mì nguyên cám
- 2 muỗng canh hạt lanh xay
- ½ muỗng cà phê bột quế
- ⅛ muỗng cà phê muối
- 2 muỗng canh dầu hạt cải

HƯỚNG DẪN:

a) Làm nóng lò ở 400 ° F.

b) Kết hợp táo, đường nâu, bột mì, vani và quế trong một bát lớn và trộn đều. Nhẹ nhàng ném quả việt quất vào. Đặt hỗn hợp táo vào đĩa nướng 8 x 8 inch và đặt sang một bên.

c) Để làm topping, kết hợp quả óc chó, yến mạch, đường nâu, bột mì nguyên hạt, hạt lanh, quế và muối trong một bát vừa.

d) Thêm dầu canola và khuấy cho đến khi các thành phần khô được phủ đều.

e) Trải đều lớp phủ trên hỗn hợp trái cây.

f) Nướng từ 40 đến 45 phút hoặc cho đến khi trái cây mềm và lớp trên bề mặt có màu nâu vàng (che bằng giấy bạc nếu lớp trên bề mặt chuyển sang màu nâu quá nhanh).

71. Blueberry Boy Bait

THÀNH PHẦN:

- 2 chén bột mì đa dụng
- 1 chén đường
- 2 muỗng cà phê bột nở
- ¼ muỗng cà phê muối
- ⅔ chén dầu thực vật
- 1 ly sữa
- 124.trứng
- 2 chén quả việt quất, tươi hoặc đông lạnh
- 2 muỗng canh đường
- 1 thìa cà phê quế

HƯỚNG DẪN:

a) Làm nóng lò nướng ở nhiệt độ 350 độ và xịt chảo chống dính lên chảo nướng 9 × 13 inch.

b) Trong một tô trộn của máy trộn đứng tự do có gắn cánh trộn, trộn bột mì, đường, bột nở và muối với nhau.

c) Thêm dầu, sữa và trứng. Trộn trong 3 phút.

d) Đổ bột vào chảo đã chuẩn bị sẵn, rắc đều quả việt quất lên trên.

e) Trong một bát nhỏ, kết hợp 3 thìa canh đường và quế, sau đó rắc lên quả việt quất. Nướng 50 phút hoặc cho đến khi một cây tăm được đưa vào trung tâm sẽ sạch sẽ.

72. <u>việt quất Bánh đổ</u>

Làm cho: 8-10

THÀNH PHẦN:

- 1 thanh bơ
- 1 hộp hỗn hợp bánh vàng
- 1 lon 21oz nhân bánh

HƯỚNG DẪN:

a) Làm nóng lò ở 350 độ, nếu dùng đĩa thủy tinh thì 325 độ.
b) Trải nhân bánh dưới đáy đĩa 9X13.
c) Rắc hỗn hợp bánh lên trên mặt nhân.
d) Cắt bơ và đặt lên trên hỗn hợp bánh.
e) Đặt trong lò nướng và nướng trong 1 giờ.
f) Để nguội trong 5 phút trước khi phục vụ.
g) Phục vụ và thưởng thức!

73. <u>việt quất kéo chanh _ bánh mỳ</u>

Làm: 2 LOA LOA KÉO

THÀNH PHẦN:

- Bơ, để bôi trơn
- 4 ounce kem tươi
- ¼ chén cộng với 1 muỗng canh mật ong
- 2 muỗng cà phê chiết xuất vani nguyên chất
- Vỏ và nước cốt của 1 quả chanh
- ½ muỗng cà phê bột quế
- Bột bánh mì hàng ngày, ở nhiệt độ phòng
- 2 cốc quả việt quất tươi hoặc đông lạnh
- 1 muỗng canh lá húng tây tươi

HƯỚNG DẪN:

a) Mỡ hai chảo ổ bánh mì 9 × 5 inch.

b) Làm nhân bánh. Trong một bát nhỏ, khuấy đều crème fraîche , 1 thìa mật ong, vani, vỏ chanh, nước cốt chanh và quế.

c) Làm bánh cuốn. Cho bột ra một mặt phẳng đã được rắc nhẹ bột mì, đấm bột xuống và cán bột thành hình chữ nhật có kích thước 10 × 16 inch dày khoảng ½ inch, với một mặt dài hướng về phía bạn. Phết hỗn hợp crème fraîche lên trên bột và rắc đều quả việt quất lên trên. Bắt đầu với cạnh dài gần bạn nhất, kéo miếng bột lên trên phần nhân và cẩn thận cuộn lại thành khúc gỗ, giữ khá chặt. Chụm mép để niêm phong.

d) Lật mặt bên của đường nối khúc gỗ xuống và cắt nó thành 12 cuộn bằng nhau. Đặt 6 cuộn, mặt đường may úp xuống, trong mỗi chảo đã chuẩn bị sẵn; các cuộn nên chạm vào. Đậy nắp và để ở nơi ấm áp cho đến khi nở gần gấp đôi, 30 phút đến 1 giờ.

e) Làm nóng lò ở 350 ° F.

f) Nướng các cuộn cho đến khi có màu nâu nhạt ở trên, 45 đến 50 phút. Đặt sang một bên để làm mát một chút.

g) Làm mật ong cỏ xạ hương. Trong khi đó, kết hợp cỏ xạ hương và ¼ chén mật ong còn lại trong một cái chảo nhỏ trên lửa nhỏ. Đun nhỏ lửa cho đến khi mật ong bắt đầu sủi bọt, khoảng 3 phút và nhấc chảo ra khỏi bếp.

h) Rưới bánh mì với mật ong húng tây ấm. Lưu trữ bất kỳ thức ăn thừa nào còn sót lại trong tủ lạnh trong hộp kín tối đa 3 ngày.

74. Berry Cobbler hỗn hợp với bánh quy đường

Thực hiện: 10 PHỤC VỤ

THÀNH PHẦN:

- Dầu thực vật, để bôi trơn
- 2 chén dâu tây tươi, thái lát
- 2 chén quả mâm xôi tươi
- 2 chén quả việt quất tươi
- 1 chén đường cát
- ¾ cốc nước
- 2 muỗng canh bơ không ướp muối
- 1 muỗng canh chiết xuất vani
- 3 muỗng canh bột bắp

ĐỐI VỚI BÁNH MÌ ĐẶT TRÊN BÁNH QUY:

- 2 chén bột mì đa dụng
- ¼ chén đường cát
- 3 muỗng canh bột nở
- ½ muỗng cà phê muối kosher
- ¾ chén bơ sữa
- 5 muỗng canh bơ lạnh không ướp muối, cắt nhỏ
- 2 muỗng cà phê chiết xuất vani
- 2 muỗng canh bơ không muối tan chảy
- 2 muỗng canh đường thô

HƯỚNG DẪN:

a) Làm nóng lò ở nhiệt độ 375 độ F. Bôi mỡ nhẹ lên đĩa nướng 9 x 13 inch.

b) Trong một cái nồi lớn trên lửa vừa, kết hợp các loại quả mọng với đường, nước, bơ và vani. Khi bong bóng bắt đầu hình thành, hãy múc khoảng ¼ cốc chất lỏng ra khỏi nồi.

c) Trong một bát nhỏ, kết hợp ¼ cốc chất lỏng nóng với bột ngô và trộn cho đến khi không còn vón cục. Đổ lại hỗn hợp bột bắp vào nồi cùng với quả mọng và khuấy đều. Nấu cho đến khi mọi thứ đặc lại, sau đó đổ hỗn hợp trái cây vào đĩa nướng. Để qua một bên.

d) Đối với mặt bánh quy, trong một bát lớn, kết hợp bột mì, đường, bột nở và muối. Đánh đều cho đến khi kết hợp tốt. Thêm vào bơ sữa, bơ vụn và vani. Trộn các thành phần với nhau. Múc hỗn hợp bánh quy ra và đặt lên trên lớp nhân quả mọng.

e) Chải bánh quy với bơ tan chảy, sau đó rắc đường thô. Nướng trong lò, không đậy nắp, trong 30 đến 35 phút. Lấy ra khỏi lò và để nguội. Phục vụ có hoặc không có kem.

75. Mùa hè Quả mọng tươi cây bạc hà

Thực hiện: 4 đến 6 lần phục vụ

THÀNH PHẦN:

- 2 muỗng canh nước ép cam hoặc dứa tươi
- 1 muỗng canh nước cốt chanh tươi
- 1 muỗng canh mật hoa agave
- 2 muỗng cà phê bạc hà tươi băm nhỏ
- 2 chén anh đào tươi
- 1 chén quả việt quất tươi
- 1 chén dâu tây tươi, tách vỏ và giảm một nửa
- $^{1}/_{2}$ cốc quả mâm xôi hoặc quả mâm xôi tươi

HƯỚNG DẪN:

a) Trong một bát nhỏ, kết hợp nước cam, nước cốt chanh, mật hoa agave và bạc hà. Để qua một bên.

b) Trong một bát lớn, kết hợp anh đào, quả việt quất, dâu tây và quả mâm xôi. Thêm băng và quăng nhẹ nhàng để kết hợp.

c) Phục vụ ngay lập tức.

76. Cá nhân Yuzu việt quất chuyện vặt vãnh

Thực hiện: 6 phần ăn

THÀNH PHẦN:

CHO BÁNH Yuzu:

- 1 chén bột làm bánh
- ½ muỗng cà phê Bột nở
- ¼ thìa cà phê Plus ⅛ Muỗng cà phê Baking Soda
- ¼ muỗng cà phê muối
- ½ thanh bơ, để mềm
- ⅓ cốc đường mía hạt
- 1 quả trứng
- ¾ muỗng cà phê chiết xuất vani
- ½ muỗng cà phê chiết xuất Yuzu
- ½ cốc bơ sữa

ĐỐI VỚI KEM DƯỠNG NGỌT:

- 1 cốc kem đánh bông nặng
- ¼ muỗng cà phê bột đậu vani hoặc chiết xuất vani
- 1 muỗng canh xi-rô phong nguyên chất

ĐỐI VỚI NHỮNG LỖI LẺ:

- ½ bánh Yuzu
- Kem ngọt
- 1 cốc sữa đông Yuzu
- 2 cốc quả việt quất tươi

HƯỚNG DẪN:

CHO BÁNH YUZU:

a) Bơ một chảo bánh 9 inch. Làm nóng lò ở 300ºF.

b) Trong một bát nhỏ, trộn đều bột mì, bột nở, muối nở và muối. Trong một bát lớn, đánh kem bơ và đường.

c) Thêm trứng và đánh cho thật nhừ. Đánh trong chiết xuất vani và Yuzu.

d) Thêm một nửa nguyên liệu khô vào nguyên liệu ướt và trộn đều. Thêm buttermilk và đánh bại.

e) Thêm các thành phần khô còn lại và trộn cho đến khi kết hợp.

f) Đổ bột vào chảo đã chuẩn bị sẵn, dàn phẳng và nướng trong lò đã làm nóng trước cho đến khi có màu nâu nhạt và tăm chọc vào giữa thấy sạch, khoảng 30 phút.

g) Để nguội hoàn toàn trước khi làm tam thất.

ĐỐI VỚI KEM DƯỠNG NGỌT:

h) Trong một bát vừa, đánh kem, vani và xi-rô hoặc đường cho đến khi tạo thành các đỉnh cứng vừa.

ĐỂ KIẾM ĐƯỢC NHỮNG LỖI LẺ:

i) Cắt một nửa chiếc bánh thành những khối nhỏ. Đặt một vài khối lập phương vào đáy lọ 8 ounce.

j) Thêm một hoặc hai miếng kem đánh bông. Thả vào một lớp quả việt quất.

k) Rải một thìa sữa đông Yuzu lên trên. Lặp lại các lớp một lần nữa.

l) Làm tương tự với các lọ mứt còn lại.

m) Phục vụ ngay lập tức hoặc bảo quản, đậy nắp, trong tủ lạnh trong vài giờ.

77. việt quất bánh đại hoàng

Thực hiện: 7 phần ăn

THÀNH PHẦN:

NHÂN BÁNH:

- 4 chén đại hoàng tươi xắt nhỏ
- 2 chén quả việt quất tươi
- 2 muỗng canh bơ tan chảy
- 1-⅓ chén đường trắng
- ⅔ cốc bốn

ĐỈNH CAO:

- ½ chén (1 thanh) bơ đun chảy
- 1 chén bột mì
- 1 chén yến mạch
- 1 chén đường nâu ép
- 1 thìa cà phê quế

HƯỚNG DẪN:

NHÂN BÁNH:

a) Dùng bình xịt xịt vào đáy khuôn nướng bánh sâu 9 inch.

b) Lót chảo bằng một lớp vỏ bánh. Nếu làm lớp vỏ bánh giòn, hãy làm phẳng các cạnh của lớp vỏ bánh trước khi đổ đầy.

c) Rải đều ¼ chén bột mì lên đáy vỏ bánh trước khi cho nhân bánh vào.

d) Kết hợp tất cả các nguyên liệu làm nhân bánh và ấn vào vỏ bánh.

ĐỈNH CAO:

e) Kết hợp tất cả các thành phần cho đến khi trộn đều và vụn.

NƯỚNG:

f) Thêm vụn bánh vào nhân bánh, dàn đều. Nếu sử dụng lớp vỏ bánh trên cùng, hãy đặt toàn bộ phần nhân bánh lên trên và ấn các cạnh của lớp vỏ bánh trên cùng xuống lớp vỏ bên dưới, làm các mép rãnh. Tạo các khe ở lớp vỏ trên cùng để bánh có thể hấp. Xịt lớp vỏ trên cùng bằng bình xịt chảo và rắc đều 5 thìa đường vào phần thô.

g) Đậy bằng giấy thiếc và nướng ở 350 độ trong 1 giờ (ít hơn nếu sử dụng lò nướng đối lưu)

h) Để bánh nguội hoàn toàn trước khi ăn.

78. Bột yến mạch Cherry Berry Soong

Làm cho: 6 phần ăn

THÀNH PHẦN:

- 2 chén yến mạch cán khô
- ½ cốc cộng với 2 muỗng canh. đường nâu nhạt
- 1 muỗng cà phê bột nở
- 1 muỗng cà phê bột quế
- ½ muỗng cà phê muối
- ½ chén anh đào khô
- ½ cốc quả việt quất đông lạnh tươi hoặc rã đông
- ¼ chén hạnh nhân nướng
- 1 cốc sữa nguyên chất
- 1 cốc rưỡi kem
- 1 quả trứng
- 2 muỗng canh. bơ không muối tan chảy
- 1 muỗng cà phê chiết xuất vani

HƯỚNG DẪN:

a) Làm nóng lò ở 375 °. Xịt chảo nướng hình vuông 8 inch bằng bình xịt nấu ăn chống dính.

b) Trong một bát trộn, thêm yến mạch, ½ cốc đường nâu, bột nở, quế, muối, quả anh đào, ¼ cốc quả việt quất và ⅛ cốc hạnh nhân. Khuấy cho đến khi kết hợp và lây lan trong chảo nướng.

c) Rắc ¼ chén quả việt quất và ⅛ chén hạnh nhân lên trên.

d) Trong một bát trộn, thêm sữa, kem nửa rưỡi, trứng, bơ và chiết xuất vani. Đánh cho đến khi kết hợp và đổ lên trên cùng của soong. Không được khuấy. Rắc 2 thìa đường nâu lên trên.

e) Nướng trong 30 phút hoặc cho đến khi soong được thiết lập và bột yến mạch mềm. Lấy ra khỏi lò và để yên trong 5 phút trước khi ăn.

nước sốt

79. Mùa hè Hoa quả Nước xốt

Làm: khoảng 2 cốc

THÀNH PHẦN:

- 1 muỗng canh bột bắp
- 1 cốc nước cam tươi
- 1⁄4 cốc mật hoa cây thùa
- 2 muỗng canh bơ thực vật thuần chay
- 1 muỗng cà phê vỏ cam bào mịn
- 2 quả đào chín, cắt đôi, bỏ hạt và thái nhỏ
- 1⁄2 chén quả việt quất tươi

HƯỚNG DẪN:

a) Trong một cái chảo vừa, kết hợp bột ngô và nước cam. Thêm mật hoa agave và đun sôi. Giảm nhiệt xuống mức trung bình và nấu, khuấy liên tục, cho đến khi đặc lại, khoảng 5 phút.

b) Tắt bếp và cho bơ thực vật và vỏ cam vào khuấy đều. Cho đào và việt quất vào khuấy đều. Phục vụ ở nhiệt độ phòng hoặc ướp lạnh. Bảo quản nước sốt còn thừa trong tủ lạnh tối đa 2 ngày.

80. việt quất Nước xốt

Thực hiện: 4 phần ăn

THÀNH PHẦN:

- 2 chén quả việt quất
- 4 củ hẹ thái hạt lựu
- 2 muỗng canh bơ
- 1 muỗng canh Hạt mù tạt
- ¼ chén rượu vang đỏ
- thịt bò kho
- 2 muỗng canh đường
- hạt tiêu đen để hương vị
- Muối Kosher để hương vị
- húng tây tươi

HƯỚNG DẪN:

a) Caramen hẹ thái hạt lựu với bơ, cỏ xạ hương và muối.

b) Thêm mù tạt và quả việt quất và dùng nĩa bẻ nhỏ chúng trong khi nấu ở lửa vừa.

c) Thêm hạt tiêu đen và lượng thịt bò đủ để phủ quả việt quất, đun nhỏ lửa trong khoảng 25 phút, cho đến khi hẹ tây và quả việt quất mềm, nước sốt sánh lại và sánh lại.

d) Phục vụ nước sốt này với ức gà nướng và súp lơ xay nhuyễn!

81. Ngon việt quất xi-rô

Pha: khoảng 2-½ cốc

THÀNH PHẦN:

- ½ chén đường
- 1 T.bột bắp
- ⅓ c. Nước
- 2 cốc quả việt quất tươi hoặc đông lạnh

HƯỚNG DẪN:

a) Trong một cái chảo trên lửa vừa, kết hợp đường và bột ngô. Khuấy nước dần dần.

b) Thêm quả mọng; đun sôi. Đun sôi, khuấy liên tục trong một phút hoặc cho đến khi hỗn hợp đặc lại.

c) Ăn nóng hoặc đổ vào lọ đậy kín và để trong tủ lạnh trong vài ngày.

82. Mứt việt quất

Làm 9 nửa panh

THÀNH PHẦN:

- 8 chén quả việt quất tươi
- 6 cốc mật ong
- 3 thìa nước cốt chanh
- 2 muỗng cà phê bột quế
- 2 muỗng cà phê vỏ chanh nạo
- ½ muỗng cà phê hạt nhục đậu khấu
- 6 ounce pectin trái cây lỏng không đường

HƯỚNG DẪN:

a) Cho quả việt quất vào máy xay thực phẩm; đậy nắp và xung cho đến khi gần như được trộn hoàn toàn.

b) Chuyển đến một stockpot. Khuấy mật ong, nước cốt chanh, quế, vỏ chanh và hạt nhục đậu khấu. Đun sôi hoàn toàn ở nhiệt độ cao, khuấy liên tục. Khuấy trong pectin.

c) Đun sôi trong 1 phút, khuấy liên tục.

d) Loại bỏ nhiệt; hớt bọt. Múc hỗn hợp nóng vào lọ nửa panh đã khử trùng nóng, để lại khoảng trống ¼ inch.

e) Loại bỏ bọt khí; lau vành và điều chỉnh nắp. Chế biến trong 10 phút trong nồi nước sôi.

sinh tố VÀ COCKTAIL

83. ombre Trái thạch lựu tiên dược

Làm cho: 4

THÀNH PHẦN:

- 16 ounce nước cam
- 4 ounces nước ép nam việt quất
- 2 thìa nước cốt gừng
- 3½ ounce quả việt quất + thêm để trang trí
- 8 ounce nước ép lựu
- 4 muỗng canh đường, hoặc để nếm

HƯỚNG DẪN:

a) Kết hợp nước ép cam, nam việt quất và gừng.

b) Đậy và làm lạnh cho đến khi lạnh buốt.

c) Xay nhuyễn quả việt quất với nước ép lựu và đường trong máy xay sinh tố.

d) Làm lạnh trong tủ lạnh.

e) Rót hỗn hợp nước ép cam-nam việt quất-gừng vào 4 ly.

f) Top với lựu-blueberry purée.

g) Phục vụ trang trí với quả việt quất tươi.

84. Quả việt quất đá với nước bưởi trắng

Làm cho: 4

THÀNH PHẦN:

- 7 ounce quả việt quất
- 7 ounce đường
- 7 nhánh húng tây
- 16 ounces nước ép bưởi trắng
- nước cốt của 1 quả chanh
- 1 nhánh hương thảo, tước bỏ

HƯỚNG DẪN:

a) Đặt 4 quả việt quất vào khay đá viên, đổ nước lên quả việt quất và để đông lạnh.

b) Trong nồi hoặc chảo, kết hợp đường và 4 ounce nước trên lửa vừa phải và đun sôi, khuấy thường xuyên.

c) Khuấy các nhánh cỏ xạ hương.

d) Kết hợp 2 muỗng canh xi-rô có xạ hương với nước ép bưởi và chanh.

e) Phục vụ trong 4 ly, thêm một vài viên đá việt quất vào mỗi ly và dùng lạnh, trang trí với hương thảo.

85. Sinh tố G reen

Làm: 4 cốc

THÀNH PHẦN:

- 2 chén rau xắt nhỏ
- 2 chén quả việt quất
- 2 chén nước lọc, tùy thích

HƯỚNG DẪN:

a) Cho tất cả nguyên liệu vào máy xay sinh tố công suất cao và xay cho đến khi mịn.

b) Có thể bảo quản trong tủ lạnh đến 1 ngày, nhưng ngon nhất là nên thưởng thức ngay.

86. <u>quả việt quất anh đào cải xoăn</u>

THÀNH PHẦN:

- 1 chén cải xoăn
- 1 chén anh đào
- ½ chén quả việt quất

HƯỚNG DẪN:

a) Trộn với ½ đến 1 cốc chất lỏng.

b) Thưởng thức

87. Chất đạm Quyền lực Sinh tố

THÀNH PHẦN:

- ¾ cốc sữa không béo
- ½ quả chuối chín
- ½ chén quả mâm xôi đông lạnh
- ½ chén quả việt quất đông lạnh
- 1 muỗng bột whey protein vani
- 5 viên đá

HƯỚNG DẪN:

a) Xay đến khi mịn.

b) Hương vị và điều chỉnh đá hoặc nguyên liệu nếu cần.

88. siêu thực phẩm lắc

THÀNH PHẦN:

- ½ chén anh đào đông lạnh
- 8 ounce nước
- ½ chén củ cải sống xắt nhỏ
- ½ chén dâu tây đông lạnh
- ½ chén quả việt quất đông lạnh
- ½ quả chuối
- 1 muỗng whey protein sô cô la
- 1 muỗng canh hạt lanh xay

HƯỚNG DẪN:

a) Xay đến khi mịn.

b) Hương vị và điều chỉnh đá hoặc nguyên liệu nếu cần.

89. Tiến sĩ Mike Lắc điện

THÀNH PHẦN:

- ¼ chén phô mai ít béo
- 1 chén quả việt quất (tươi hoặc đông lạnh)
- 1 muỗng bột protein vani
- 2 muỗng canh bột hạt lanh
- 2 muỗng canh quả óc chó, xắt nhỏ
- 1½ cốc nước
- 3 viên đá

HƯỚNG DẪN:

a) Xay đến khi mịn.

b) Hương vị và điều chỉnh đá hoặc nguyên liệu nếu cần.

90. Bright Berry Shake

THÀNH PHẦN:

- 1 ½ cốc nước hoặc sữa hạnh nhân
- 2 muỗng bột protein vani
- 8 quả mâm xôi
- 4 quả dâu tây
- 12 quả việt quất
- một nắm đá viên

HƯỚNG DẪN:

a) Xay đến khi mịn.

b) Hương vị và điều chỉnh đá hoặc nguyên liệu nếu cần.

91. Sinh tố xoài việt quất

THÀNH PHẦN:

- ½ chén xoài xắt nhỏ tươi hoặc đông lạnh
- ¼ chén quả việt quất tươi hoặc đông lạnh
- ¼ cốc sữa chua Hy Lạp nguyên chất
- 1 cốc nước hoặc sữa hạnh nhân
- 2 muỗng bột protein vani

HƯỚNG DẪN:

a) Xay đến khi mịn.

b) Hương vị và điều chỉnh đá hoặc nguyên liệu nếu cần.

92. <u>việt quất vụ nổ</u>

THÀNH PHẦN:

- 1 cốc sữa hạnh nhân vani
- 1 quả chuối đông lạnh (bóc vỏ trước khi đông lạnh)
- ½ chén quả việt quất
- 1 muỗng bột protein không hương vị hoặc vani

HƯỚNG DẪN:

a) Cho tất cả nguyên liệu vào máy xay sinh tố trong 30-60 giây.

93. Muffin việt quất lắc

THÀNH PHẦN:

- 2 muỗng bột protein vani
- 6 ounce sữa hạnh nhân
- ⅔ cốc quả việt quất
- 2 muỗng cà phê bơ hạt điều
- 1-5 giọt chiết xuất vani
- 4 ounces nước (nhiều hơn cho món lắc loãng hơn, ít hơn cho món lắc đặc hơn)
- 3 viên đá

HƯỚNG DẪN:

a) Cho tất cả nguyên liệu vào máy xay sinh tố trong 30-60 giây.

94. việt quất dừa sinh tố

Làm cho: 2

THÀNH PHẦN:

- 3 muỗng canh bột hạt lanh vàng
- 1 muỗng canh Hạt Chia
- 2 chén nước cốt dừa không đường vani
- 10 giọt Stevia lỏng
- ¼ chén quả việt quất

HƯỚNG DẪN:

a) Trong một máy xay sinh tố, kết hợp tất cả các thành phần.

b) Sau đó trộn trong 1-2 phút, hoặc cho đến khi tất cả các thành phần được kết hợp hoàn toàn.

95. nhiệt đới sinh tố

Làm cho: 1

THÀNH PHẦN:

- Khối nước đá
- ¾ chén nước cốt dừa không đường
- ¼ chén kem chua
- 2 muỗng canh bột hạt lanh vàng
- 20 giọt Stevia lỏng
- ¼ muỗng cà phê chiết xuất việt quất

HƯỚNG DẪN:

a) Trong một máy xay sinh tố, kết hợp tất cả các thành phần .

b) Xay trong 1-2 phút ở tốc độ cao hoặc cho đến khi hỗn hợp đặc lại.

96. Sinh tố cỏ linh lăng mọc mầm

Làm cho: 1

THÀNH PHẦN:

- 1 ly nước
- 2 chén rau bina bé
- ½ quả chuối vừa
- 1 muỗng bột whey protein vani
- ¼ chén quả việt quất đông lạnh
- ¼ chén quả mâm xôi đông lạnh không đường
- ½ chén mầm cỏ linh lăng

HƯỚNG DẪN:

a) Để bắt đầu, cho nước và rau bina vào máy xay sinh tố. Sau đó thêm các thành phần khác và 3 viên đá.

b) Trộn cho đến khi mịn và phục vụ.

97. <u>việt quất sinh tố</u>

Thực hiện: 1-2 phần ăn

THÀNH PHẦN:

- 1 chén quả việt quất
- 1 quả chuối nhỏ
- 1 inch gừng
- 1 chén rau bina bé
- 1 cốc sữa hạnh nhân
- 1 muỗng canh hạt lanh
- 1 muỗng canh bơ hạnh nhân
- ½ cốc nước đá

HƯỚNG DẪN:

a) Cho đá vào máy xay sinh tố tốc độ cao.
b) Thêm các thành phần còn lại.
c) Đậy nắp máy xay sinh tố và chế biến cho đến khi sinh tố có dạng kem và mịn.
d) Cho ra ly và thưởng thức ngay!

98. cao bó xôi Sinh tố

THÀNH PHẦN:

- 2 chén rau bina
- 1 chén quả việt quất, đông lạnh
- 1 muỗng canh bột ca cao đen
- ½ cốc sữa hạnh nhân không đường
- ½ cốc đá xay
- 1 muỗng cà phê mật ong nguyên chất
- 1 muỗng canh bột Matcha

HƯỚNG DẪN:

a) Kết hợp trong máy xay sinh tố

b) Phục vụ

99. Bánh sinh tố việt quất

THÀNH PHẦN:

ĐỂ CHUẨN BỊ

- 2 ½ cốc quả việt quất đông lạnh
- 1 quả chuối, thái lát
- 2 bánh quy graham quế, chia thành từng miếng
- 1 muỗng canh bơ hạnh nhân

PHỤC VỤ

- 1 cốc sữa hạnh nhân vani không đường
- ½ cốc sữa chua Hy Lạp 2%
- 3 muỗng cà phê mật ong

HƯỚNG DẪN:

a) Kết hợp quả việt quất, chuối, bánh quy giòn graham và bơ hạnh nhân trong một bát lớn. Chia thành 4 túi cấp đông ziplock . Đóng băng trong tối đa một tháng, cho đến khi sẵn sàng phục vụ.

b) ĐỂ LÀM MỘT LẦN PHỤC VỤ: Cho một túi vào máy xay sinh tố và thêm ¼ cốc sữa hạnh nhân, 2 thìa sữa chua và ¾ thìa mật ong. Xay đến khi mịn. Phục vụ ngay lập tức.

100. dừa cầu vồng sinh tố

THÀNH PHẦN:

ĐỂ CHUẨN BỊ

- 2 quả quýt, bóc vỏ và phân khúc
- 1 chén dứa thái hạt lựu
- 1 chén xoài thái hạt lựu
- 1 chén dâu tây thái lát
- 1 chén quả việt quất
- 1 chén quả mâm xôi
- 1 quả kiwi, gọt vỏ và thái lát
- 2 chén rau bina bé
- ½ chén dừa nạo

PHỤC VỤ

- 2 cốc nước dừa

HƯỚNG DẪN:

a) Kết hợp quýt, dứa, xoài, dâu tây, quả việt quất, quả mâm xôi, kiwi, rau bina và dừa trong một bát lớn. Chia cho 6 túi tủ đông ziplock . Đóng băng trong tối đa một tháng, cho đến khi sẵn sàng phục vụ.

b) ĐỂ LÀM MỘT LẦN PHỤC VỤ: Cho một túi vào máy xay sinh tố và thêm ⅓ cốc nước dừa. Xay đến khi mịn. Phục vụ ngay lập tức.

PHẦN KẾT LUẬN

Blueberry Bliss không chỉ là một cuốn sách dạy nấu ăn mà còn là một lời mời khám phá thế giới tuyệt vời của quả việt quất. Cuốn sách nấu ăn này tôn vinh tính linh hoạt và giá trị dinh dưỡng của quả việt quất, đồng thời với 100 công thức nấu ăn ngon, đây là hướng dẫn cơ bản để kết hợp siêu thực phẩm này vào chế độ ăn hàng ngày của bạn.

Cuốn sách được sắp xếp chu đáo, bắt đầu với các món ăn sáng như bánh kếp việt quất, bánh nướng xốp và bánh nướng. Mỗi công thức đều được chế biến cẩn thận để thể hiện hương vị và kết cấu độc đáo của quả việt quất, khiến mỗi miếng cắn đều có hương vị bùng nổ. Tiếp theo, bạn sẽ tìm thấy một loạt các món ăn mặn sử dụng quả việt quất theo những cách sáng tạo, chẳng hạn như thăn lợn tráng men quả việt quất, sốt BBQ việt quất và salad quinoa việt quất. Những công thức nấu ăn này sẽ truyền cảm hứng cho bạn thử nghiệm các cách kết hợp hương vị mới và kết hợp quả việt quất vào bữa ăn hàng ngày của bạn.

Nhưng, tất nhiên, không có cuốn sách dạy nấu ăn nào hoàn chỉnh nếu không có tuyển chọn các món ngọt và Blueberry Bliss không làm bạn thất vọng. Bạn sẽ tìm thấy các món tráng miệng cổ điển như bánh việt quất và bánh việt quất vụn, cũng như các công thức sáng tạo hơn như thanh bánh pho mát việt quất và bánh chanh việt quất. Những món tráng miệng này rất phù hợp để thỏa mãn sở thích hảo ngọt của bạn đồng thời nhận được những lợi ích sức khỏe của quả việt quất.

Hơn nữa, cuốn sách bao gồm các mẹo hữu ích và các biến thể cho nhiều công thức nấu ăn, vì vậy bạn có thể điều chỉnh chúng theo sở thích của mình hoặc thử các nguyên liệu mới. Các công thức nấu ăn rất dễ thực hiện và bao gồm danh sách nguyên liệu, hướng dẫn từng bước và những bức ảnh đẹp sẽ khiến bạn phải chảy nước miếng.

Tóm lại, Blueberry Bliss là một cuốn sách nấu ăn không thể bỏ qua cho bất kỳ ai yêu thích quả việt quất hoặc muốn kết hợp các thành phần bổ dưỡng và ngon miệng hơn vào chế độ ăn uống của mình.

Với 100 công thức để lựa chọn, bạn sẽ không bao giờ hết cách để thưởng thức hương vị ngọt ngào, bùi bùi của quả việt quất. Vì vậy, hãy tiếp tục và bắt đầu cuộc phiêu lưu ẩm thực của bạn ngay hôm nay và khám phá thế giới hạnh phúc của cách nấu quả việt quất!

CPSIA information can be obtained
at www.ICGtesting.com
Printed in the USA
LVHW081921220323
742311LV00009B/630

9 781783 572311